国家外语非通用语种本科人才培养基地系列教材

วิชาอ่านบทความ
จากหนังสือพิมพ์และนิตยสารไทย

泰国报刊选读

修订版

⊙ 潘远洋　编著

世界图书出版公司
广州・上海・西安・北京

图书在版编目（CIP）数据

泰国报刊选读 / 潘远洋编著. —修订版. —广州：世界图书出版广东有限公司，2023. 3
ISBN 978-7-5232-0141-1

Ⅰ. ①泰… Ⅱ. ①潘… Ⅲ. ①泰语—阅读教学—高等学校—教材 Ⅳ. ①H412.94

中国国家版本馆CIP数据核字（2023）第016550号

书　　名　泰国报刊选读（修订版）
　　　　　TAIGUO BAOKAN XUANDU (XIUDING BAN)
编 著 者　潘远洋
策划编辑　刘正武
责任编辑　程　静
装帧设计　罗　兰
责任技编　刘上锦
出版发行　世界图书出版有限公司　世界图书出版广东有限公司
地　　址　广州市新港西路大江冲25号
邮　　编　510300
电　　话　020-84453623　84184026
网　　址　http：//www.gdst.com.cn
邮　　箱　wpc_gdst@163.com
经　　销　各地新华书店
印　　刷　广州小明数码快印有限公司
开　　本　787mm × 1 092mm　1/16
印　　张　13
字　　数　286千字
版　　次　2023年3月第1版　2023年3月第1次印刷
国际书号　ISBN 978-7-5232-0141-1
定　　价　42.00元

咨询、投稿：020-84451258　gdstchj@126.com

前 言

泰国报刊选读课是大学本科泰语专业三年级下学期至四年级上学期的必修课程。泰国报刊选读课归根结底是一门拓展专业知识面的实践课，其侧重点是在理解文章语言的基础上对文章内容所涵盖的相关背景知识有更进一步的了解和掌握，最终达到既提高外语能力又扩大知识面的目的。2010年版《泰国报刊选读》正是围绕提高学生泰语语言能力和拓展专业知识面这一目标编写的。该教材一经出版受到了广大泰语专业师生的欢迎，从2010年3月至2020年10月，先后5次印刷，填补了泰语专业无报刊选读课教材的空白。然而，时过境迁，12年后的今天，互联网和5G使人们生活的方方面面发生了巨大变化，尤其是为人们便捷、高效地获取和传播信息创造了条件。与此同时，全国高校的泰语专业遍地开花、欣欣向荣。此时回过头来审视2010年版《泰国报刊选读》，其部分内容已过时陈旧，难以跟上时代步伐。基于此，编者与世界图书出版广东有限公司协商，决定编写《泰国报刊选读》（修订版），在2010年版《泰国报刊选读》的基础上进一步充实、完善，使内容能与时俱进。

《泰国报刊选读》（修订版）保持了2010年版《泰国报刊选读》的框架结构，删除了8篇难度大、时效性强的文章，增补了12篇泰国《沙炎叻报》网络版2019年以来的文章，其内容聚焦当今泰国国内外的热点问题，共分为“热点关注”“财经、金融”“文化、教育”“科技、环保、卫生”和“政治与社会”5个单元。为了强化学生自学能力的培养，《泰国报刊选读》（修订版）依然设以下5个栏目：

1. 课文生词（**ศัพท์และวลี**）
2. 知识介绍（**ความรู้ภูมิหลัง**）
3. 难点注释（**ข้อสังเกต**）
4. 问题思考（**จงตอบข้อถามเกี่ยวกับบทความ**）
5. 语言点滴（**สิ่งละอันพันละน้อยด้านภาษา**）

其中，“知识介绍”栏目紧扣课文主题，简明扼要地提供与之相关的内容，旨在拓展学生在财经、政治、科技、文教和卫生等领域的知识；“问题思考”栏目是结合课文重要知识点设置的练习题，教师亦可根据测验或考试的需要，将问答题改为选择题，旨在检验学生对文章的理解程度；“语言点滴”栏目结合课文所体现的语言特色，在每一单元后扼要地介绍报刊泰语的常见语言现象，意在帮助学生熟悉泰国报刊语言的规律和特点。

从学生的知识结构来看，语言知识、语言技能固然很重要，但在当今全球化信息时代，对国际风云变幻和语言对象国国情与文化的了解显得更为重要。基于此，《泰国报刊选读》（修订版）将为学生提供一个即时了解的窗口。如果本书能或多或少地激发起学生读书看报的兴趣，使学生开阔眼界，成为“家事、国事、天下事，事事关心”的有心人，编者将感到莫大的宽慰。

在编写《泰国报刊选读》（修订版）的过程中，编者在收集资料时得到了中华人民共和国驻泰王国大使馆武官处刘长生中校给予的大力支持。泰籍老师康浩宇博士（อาจารย์ ดร. เทวากร คำสัตย์）为本书中难解罕见词汇的释义贡献了宝贵意见。特此说明并向他们表示诚挚感谢。编者曾力图在题材内容的涵盖面上多下功夫，但苦于资料有限，其中可能存在些许不足之处，敬请各位同行和使用者提供宝贵意见。

潘远洋

2022年3月于南京

目 录

第一单元 热点关注

第二单元　财经、金融

第三单元　文化、教育

第四单元　科技、环保、卫生

第五单元　政治与社会

第一单元

热点关注

1

ลาปี 64

告别2021

เดิมรายงานของศูนย์วิจัยกสิกรไทย คาดการณ์เม็ดเงินใช้จ่ายของคนกรุงเทพฯ ว่าในช่วง เทศกาลปีใหม่ 2565 รวมน่าจะอยู่ที่ประมาณ 30,500 ล้านบาท เพิ่มขึ้น 7.0% (YoY)① (กรณีไม่มีการระบาดรุนแรงเพิ่มเติม) จากปีก่อนหน้าที่ภาพรวมการใช้จ่ายช่วงปีใหม่ที่หดตัวประมาณ 4.4% (YoY) ซึ่งส่วนหนึ่งเป็นผลจากภาวะเงินเฟ้อที่ส่งผลให้ราคาสินค้าและค่าครองชีพสูงขึ้นด้วย

ในช่วงปีใหม่ปี 2565 นี้ คนกรุงเทพฯ ส่วนใหญ่เลือกออกไปใช้จ่ายนอกบ้านมากขึ้นตามการผ่อนคลายกิจกรรมทางเศรษฐกิจ ประกอบกับมาตรการกระตุ้นการใช้จ่ายของภาครัฐ และการเร่งทำ***แคมเปญ***กระตุ้นยอดขาย ลดราคาสินค้าในช่วงเทศกาลส่งท้ายปีอย่างต่อเนื่อง แต่ประชาชนส่วนใหญ่ยังระมัดระวังการใช้จ่าย เนื่องจากยังมีความกังวลเรื่องความไม่แน่นอนในการฟื้นตัวของเศรษฐกิจ และ ความไม่แน่นอนของสถานการณ์โควิด - 19 สายพันธุ์ใหม่② อย่าง Omicron③ ซึ่งจะส่งผลต่อพฤติกรรมการใช้จ่ายของผู้บริโภค

อย่างไรก็ตาม การแพร่ระบาดของ***เชื้อไวรัสกลายพันธุ์*** สายพันธุ์โอไมครอน ได้เข้ามาเป็นจุดเปลี่ยนของสถานการณ์ ทำให้กรุงเทพมหานคร ต้องงดจัดกิจกรรมปีใหม่ และกิจกรรมสวดมนต์ข้ามปีในวันที่ 31 ธ.ค.64 และวันที่ 1 ม.ค.65 บริเวณลานคนเมือง รวมไปถึงในส่วนของสำนักงานเขตและหน่วยงานกทม.ทั้งหมด พร้อมทั้งขอภาคเอกชนที่ได้เตรียมการไว้แล้วที่จะจัดงานทางกรุงเทพมหานคร ขอความร่วมมือ

ให้งด แต่หากจะจัด ต้องมีมาตรการที่เข้มข้นขึ้นกว่าเดิม โดยใช้มาตรการ Covid Free Setting④ ที่ทางรัฐบาลกำหนด เช่น การคัดกรองการทำความสะอาดสถานที่ การเว้นระยะห่างให้คนที่มาร่วมงานสวมหน้ากากอนามัยตลอดทั้งงานและต้องมีจุดกักตัว หากตรวจแล้วพบผู้ติดเชื้อ หรือ มีอาการ เข้าข่ายตามกระทรวงสาธารณสุขกำหนด และลดจำนวนคนร่วมงานและขอให้ประชาชนงดจัดกิจกรรมสร้างสรรค์⑤ หลีกเลี่ยงการเดินทางไปในที่ที่มีผู้คนจำนวนมาก

มาตรการดังกล่าว อาจจะส่งผลกระทบต่อการจับจ่ายใช้สอยของคนกรุงเทพฯ มากน้อยแค่ไหน ต้องมาประเมินกันอีกครั้ง

แต่ทั้งนี้ ทั้งนั้น เรามีบทเรียนมาแล้วจากช่วงสงกรานต์ที่เกิดการแพร่ระบาดระลอกใหญ่ และ ส่งผลกระทบต่อระบบสาธารณสุข ผลพวงของผู้ป่วยติดเชื้อสะสมยังคงมีมาอยู่จนถึงปัจจุบัน และแม้วันนี้จะฉีด***วัคซีน***ได้เกิน 100 ล้าน***โดส*** มีประชากรเกินครึ่งที่ได้รับวัคซีน แต่ก็ยังไม่ครบ 100 เปอร์เซ็นต์

ในขณะที่ความรุนแรงของโอไมครอนยังไม่แน่ชัด แต่แพร่ระบาดได้อย่างรวดเร็ว การสร้างจุดสมดุลระหว่างสกัดกั้นการแพร่ระบาด และปัญหาปากท้อง จึงเป็นเรื่องที่ต้องตัดสินใจอย่างละเอียดอ่อน เพราะเราเจ็บมานับครั้งไม่ถ้วนแล้ว นี่จึงเป็นเงื่อนไขที่ทำให้ไทยต้องบอกลาปี 2564 ไปอย่างไม่สามารถเฉลิมฉลองได้อย่างเต็มที่อย่างที่วาดฝันกันไว้

จาก**สยามรัฐออนไลน์**⑥ 31/12/2021 บทบรรณาธิการ

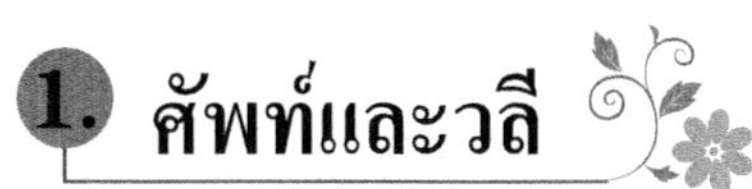

1. ศัพท์และวลี

แคมเปญ	น.	运动（出于社会、商业或政治目的而进行的一系列有计划的活动）(campaign)

เชื้อไวรัส	น.	病毒
กลายพันธุ์	ก.	（植物）变异，变种
วัคซีน	น.	疫苗，菌苗，牛痘苗（vaccine）
โดส	น.	［医］（药的）剂量，用量

2. ความรู้ภูมิหลัง

新冠肺炎疫情对世界经济造成全方位影响

新冠肺炎疫情（简称“疫情”）全球大流行将导致世界经济秩序失衡进一步加剧。因疫情致贫、返贫的人口将急剧上升，全球贫富差距进一步拉大，从而导致世界经济进一步分化，复苏难度也进一步上升。疫情对世界经济造成的全方位影响主要表现在4个方面。

一、短期冲击极为严重

疫情对贸易、服务业冲击很大，并进一步降低了全球贸易增速。德国、韩国、墨西哥等贸易依存度较高的国家面临更为严峻的挑战。面对全球疫情快速蔓延的严峻态势，多个国家在积极采取防控举措，限制或禁止群体活动，减少人群聚集的风险，同时也造成实体经济增速放缓。实行边境控制、采取严格的旅行限制等措施严重制约了当地零售、批发、物流等行业的发展，经济下行压力加剧。世界经济不稳定、不确定因素显著增多，将抑制投资和生产效率的提升，加剧全球经济衰退。

二、全球供应链与产业链断链风险上升

疫情在全球范围内快速扩散导致全球经济更为脆弱，复工延迟、销售滞缓、进出口受阻、劳动力不足、供应链断裂等因素对制造业影响较大，导致制造业发展受阻，全球经济分工将不得不面临大调整的局面。

三、对经济领域呈现全方位破坏态势

在宏观层面，需求和生产骤降，短期失业率大幅上升，物价上涨。在中观层

面，旅游、餐饮、交通运输、娱乐、教育培训等行业受到严重冲击。在微观层面，私营部门、小微企业、小时工等微观个体受损程度更大。

四、进一步引发全球资本市场大幅动荡

疫情冲击实体经济，影响投资者信心。美国股市波动加剧，甚至数次触及熔断机制。为应对疫情，一些国家积极出台包括减税、投资、再融资等在内的一系列扶持政策。疫情发生以来，各国相继采取宽松的货币政策，增加流动性，以缓解疫情对全球经济及金融市场的冲击。

尽管疫情严重冲击了世界经济，疫情防控催生的远程居家办公和在线社交等智能新技术、新产品和新业态可能成为全球经济新的增长点。在线会议、在线教育、在线娱乐、在线医疗，以及在线电子商务与消费新模式促进了营销方式的创新。疫情推动了人工智能、大数据和机器人等技术的普及，提升社会治理体系科技能力，助推数字产业发展，加快了去现金化进程，电子支付系统以及信用卡因而快速发展，直接助推了世界各国央行发行数字货币并建立数字个人账户的进程。一种以数字经济为代表的新型全球化将蓬勃兴起，企业数字化转型加快，社会数字化程度逐渐加深。世界将围绕5G、大数据、人工智能、云计算等新兴产业展开合作，加快共建“数字丝绸之路”，为全球可持续增长注入新的动力。与此同时，如何在共享的同时降低数字经济成本，以及平衡数字信息使用与保护公民个人隐私等，将成为新的重大课题。

3. ข้อสังเกต

① YoY：Year-on-year的缩写，此处是指当期的数据较去年同期变动之多少。

② โควิด - 19 สายพันธุ์ใหม่: 新型冠状病毒肺炎（corona virus disease 2019，COVID-19），简称“新冠肺炎”。世界卫生组织命名的“2019冠状病毒病”，是指2019年新型冠状病毒感染导致的肺炎。

③ Omicron：奥密克戎（英文名：Omicron，泰文名：โอไมครอน），2019新型冠状病毒变种，最早于2021年11月9日在南非被检测出。2021年11月26日，世界卫生组织将其定义为第五种“关切变异株”，取名为“Omicron变异株”。

④ Covid Free Setting：无新冠病毒环境。

⑤ กิจกรรมสร้างสรรค์：帮助儿童进行情感表演，以及通过绘画着色、雕塑、剪纸、刺绣等艺术来展示儿童想象力的活动。此处应该是指人数众多的儿童游戏。

⑥ สยามรัฐออนไลน์：泰国《沙炎叻报》网络版，网址是https://siamrath.co.th。

4. จงตอบข้อถามเกี่ยวกับบทความดังต่อไปนี้

1）ตามการคาดการณ์อย่างไร เม็ดเงินใช้จ่ายของคนกรุงเทพฯ ในช่วง เทศกาลปีใหม่ 2565 จะเพิ่มขึ้น

2）ปี2564 ภาพรวมการใช้จ่ายช่วงปีใหม่หดตัว นอกจากเป็นผลจากภาวะเงินเฟ้อที่ส่งผลให้ราคาสินค้าและค่าครองชีพสูงขึ้นด้วยแล้ว ยังมีสาเหตุอะไรบ้างไหม

3）เพราะเหตุไรในช่วงปีใหม่ปี 2565 นี้ คนกรุงเทพฯ ส่วนใหญ่เลือกออกไปใช้จ่ายนอกบ้านมากขึ้น

4）สาเหตุที่ส่งผลต่อพฤติกรรมการใช้จ่ายของผู้บริโภคมีอะไรบ้าง

5）เพราะเหตุไรกรุงเทพฯ ต้องงดจัดกิจกรรมปีใหม่

6）หากจะจัดกิจกรรมปีใหม่ ต้องมีมาตรการที่เข้มข้นขึ้นกว่าเดิมอะไรบ้าง

7）ตามผู้เขียนบทความ บทเรียนลึกซึ้งที่เกิดการแพร่ระบาดระลอกใหญ่คืออะไรและส่งผลอะไรบ้าง

8）เพราะเหตุไรคนไทยต้องบอกลาปี 2564 ไปอย่างไม่สามารถเฉลิมฉลองได้อย่างเต็มที่

2

กีฬาน้ำแข็งจุดประกายความหลงใหลในโอลิมปิกฤดูหนาวปักกิ่ง 2022

冰雪运动点燃北京冬奥激情

(11 ม.ค. 2022) สือช่าไห่ (Shichahai) เปิดลานน้ำแข็งให้ประชาชนทั่วไปได้เข้าเล่น ซึ่งสือช่าไห่ (Shichahai) ตั้งอยู่ใกล้กับสถานที่ท่องเที่ยวที่มีชื่อเสียงอย่างมากในกรุงปักกิ่งถึงสองแหล่งอย่างกู่โหล (Gulou) และถนนหนานโหลวกู่เซียง (Nanluoguxiang) โดยสือช่าไห่ (Shichahai) เป็นที่สถานที่ที่ผู้คนในปักกิ่งนิยมไปเป็นอย่างมากในช่วงฤดูหนาวมาหลายทศวรรษแล้ว และลานน้ำแข็งเปิดให้เข้าสองเขตด้วยกันคือ "เฉียน-ไห่" ในบริเวณทางตอนใต้ของทะเลสาบสือช่าไห่ (Shichahai) และ "โฮ่วไห่" ในบริเวณทางเหนือของทะเลสาบสือช่าไห่ (Shichahai)

"เฉียนไห่" และบริเวณทางทิศตะวันออกของ "โฮ่วไห่" เป็นพื้นที่ลานน้ำแข็งสำหรับเล่นสเก็ตทั้งหมดแล้ว นอกจากนี้ยังมีกิจกรรมไอซ์ไบค์ (Ice Bike) และสกูตเตอร์ให้นักท่องเที่ยวได้เลือกเล่น ส่วนทางด้านตะวันตกของ "โฮ่วไห่" เป็นลานน้ำแข็งสำหรับเล่นสเก็ตความเร็ว เป็นสถานที่ให้เซียนกีฬาสเก็ตได้แสดงฝีมือ ทั้งนี้ไม่ว่าจะเป็นเด็ก ผู้สูงอายุ นักสเก็ตน้ำแข็งมือใหม่หรือนักสเก็ตน้ำแข็งระดับเทพ① ก็สามารถค้นพบความสนุกของพวกเขาได้ บนลานน้ำแข็งทะเลสาบสือช่าไห่ (Shichahai)

สือช่าไห่ (Shichahai) เป็นชื่อของทะเลสาบ และเมื่อแปลตามตัวอักษรจีนแล้วก็จะได้ความหมายว่า "ทะเลสิบวัด" เพราะมีวัดจำนวน10แห่งล้อมรอบทะเลสาบแห่งนี้ ทะเล-สาบสือช่าไห่ (Shichahai) เป็นหนึ่งในต้นแบบของการออกแบบเมืองหลวง (Dadu) ในสมัยราชวงศ์หยวน ตามตำแหน่งของทะเลสาถูกเรียกขานในสมัยนั้นว่า "ไห่จื่อ" (Haizi) และ

จักรพรรดิของราชวงศ์หยวนได้กำหนดพื้นที่ทางตะวันออกของทะเลเป็นแกนกลางของเมืองหลวง อีกทั้งยังเป็นแกนหลักของการวางผังเมืองและระบบน้ำในชุมชนของเมืองหลวงในสมัยราชวงศ์หมิงและราชวงศ์ชิง

ปัจจุบัน ทะเลสาบสือช่าไห่ (Shichahai) ครอบคลุมพื้นที่ทั้งหมดกว่า 336,000 ตารางเมตร ซึ่งเป็นสถานที่ทะเลสาบแบบเปิดภายในกรุงปักกิ่ง และนอกจากนี้ ยังเป็นสถานที่ทางประวัติศาสตร์ความเก่าแก่ที่ใหญ่ที่สุดและอนุรักษ์สิ่งปลูกสร้างที่มีรูปแบบทางสถาปัตยกรรมไว้อย่างดีที่สุดในกรุงปักกิ่ง

การที่ได้อาศัยอยู่ใน "เมืองแห่งโอลิมปิกฤดูร้อนและฤดูหนาว" ประชาชนกรุงปักกิ่งมีความหลงใหลในมหกรรมกีฬาโอลิมปิกฤดูหนาว②มาโดยตลอด โดยเฉพาะอย่างยิ่งสำหรับผู้ชื่นชอบกีฬาประเภทกีฬาน้ำแข็งและหิมะแล้ว การแข่งขันกีฬาโอลิมปิกฤดูหนาวปักกิ่ง2022ที่จะมาถึงนี้ถือเป็นเหมือนเทศกาลเพื่อเฉลิมฉลองสำหรับพวกเขา

จากสยามรัฐออนไลน์ 11/01/2022 บทบรรณาธิการ

1. ศัพท์และวลี

ประกาย	น.	闪光，闪亮，火星，火花
หลงใหล	ก.	沉迷，沉醉，倾心，神魂颠倒
สือช่าไห่	น.	什刹海（Shichahai）
ลานน้ำแข็ง	น.	溜冰场
กู่โหล	น.	鼓楼（Gulou）
หนานโหลวกู่เซียง	น.	南锣鼓巷（Nanluoguxiang）
เฉียนไห่	น.	前海

โฮ่วไห่	น.	后海
สเก็ต	น.	冰鞋（skate）
เล่นสเก็ต	ก.	滑冰
ไอซ์ไบค์	น.	冰上自行车（ice bike）
สกูตเตอร์	น.	小型摩托车，（儿童）滑板车（scooter）
เซียน	น.	（俚）行家，能手
ราชวงศ์หยวน	น.	元朝
ไห่จื่อ	น.	海子（Haizi）
เรียกขาน	ก.	称为，起名为，叫作
จักรพรรดิ	น.	皇帝，天皇；帝国
ผังเมือง	น.	城市规划
ราชวงศ์หมิง	น.	明朝
ราชวงศ์ชิง	น.	清朝
อนุรักษ์	ก.	保护，维护；保卫，防卫
สถาปัตยกรรม	น.	建筑工程学，建筑学

2. ความรู้ภูมิหลัง

2022年北京冬季奥运会

第24届冬季奥林匹克运动会（XXIV Olympic winter games），即2022年北京冬季奥运会（简称“北京冬奥会”），是由中国举办的国际性奥林匹克赛事，于2022年

2月4日开幕、2月20日闭幕。

北京冬奥会共设7个大项、15个分项、109个小项。北京赛区承办所有的冰上项目和自由式滑雪大跳台，延庆（北京市郊区）赛区承办雪车、雪橇及高山滑雪项目，张家口（属河北省）赛区承办除雪车、雪橇、高山滑雪和自由式滑雪大跳台之外的所有雪上项目。

2021年9月17日，北京冬奥会、冬残奥会（残疾人奥运会）发布主题口号“一起向未来”；10月18日，北京冬奥会火种在希腊成功点燃；10月20日，北京冬奥会火种抵达北京；11月15日，北京冬奥会、冬残奥会主题口号推广歌曲《一起向未来》全新MV在全平台正式上线；12月31日晚，北京冬奥会、冬残奥会颁奖元素正式发布。

2022年1月17日，北京冬奥会组织委员会发布北京冬奥会竞赛日程终版；1月22日，国际奥林匹克委员会（简称“国际奥委会”）主席托马斯·巴赫抵达北京开始相关活动；1月30日，高亭宇、赵丹担任2022年北京冬奥会中国体育代表团旗手；2月4日，第24届冬奥会开幕式在国家体育场举行，中共中央总书记、国家主席、中央军委主席习近平出席开幕式并宣布本届冬奥会开幕；2月6日，托马斯·巴赫在新闻发布会上表示，北京冬奥会创造了历史，为奥运会留下了一套全新的标准，将开启全球冰雪运动新篇章；2月19日，托马斯·巴赫将奥林匹克奖杯授予中国人民；2月20日，北京冬奥会闭幕。

3. ข้อสังเกต

① ระดับเทพ：เทพ原意是“神，天神，神仙”，此处指水平超高，类似于“超级（选手）、超一流（选手）、神（枪手）、神（射手）”等。

② มหกรรมกีฬาโอลิมปิกฤดูหนาว：มหกรรม除了有“庆祝、庆典，祭祀、祭典”的意思外，还有“大型盛会”的意思，如“博览会、交易会、展销会”等。此处意思是“冬奥会”。

4. จงตอบข้อถามเกี่ยวกับบทความดังต่อไปนี้

1) ก่อนวันที่11 ม.ค. 2022 ที่กรุงปักกิ่งมีลานน้ำแข็งให้ประชาชนทั่วไปได้เข้าเล่นกี่แห่ง

2) เพราะเหตุใดผู้คนในปักกิ่งจึงนิยมไปสือช่าไห่เป็นอย่างมากใน ช่วงฤดูหนาวมาหลายสิบปี

3) ลานน้ำแข็งที่บริเวณทางทิศตะวันออกกับบริเวณทางทิศตะวันตกของ"โฮ่วไห่" ต่างกันที่ไหน

4) ความเป็นมาของชื่อสือช่าไห่เป็นอย่างไร

5) ทำไมผู้เขียนบทความจึงเห็นว่าการแข่งขันกีฬาโอลิมปิกฤดูหนาวปักกิ่ง2022เป็นเหมือนเทศกาลเพื่อเฉลิมฉลองสำหรับชาวปักกิ่ง

3

สงครามไม่ใช่การเชียร์มวย①

不要拱火战争

ชีพจรโลกจับตาสถานการณ์ใน***ยูเครน***จะ***ลงเอย***แบบใด แม้จะมีการคาดการณ์กันว่า วิกฤติความขัดแย้งจะจบลงอย่างรวดเร็ว โดยไม่เกิดสงคราม***บานปลาย*** เนื่องจากสถานการณ์วิกฤติการแพร่ระบาดของเชื้อไวรัสโควิด-19 กระนั้น สงครามเย็น การประลองกำลังและแสดงท่าทีคุกคาม และไม่น่าไว้วางใจระหว่างมหาอำนาจ 3 ขั้ว สหรัฐอเมริกา รัสเซีย และจีนยังคงดำเนินต่อไปรอวัน***ปะทุ*** เพื่อแย่งชิงผลประโยชน์ และทรัพยากร

ในขณะที่มี***ดราม่า*** นักการเมืองไทยที่ออกมาแสดงจุดยืนกรณีดังกล่าวโดยไม่รู้ตื้นลึกหนาบาง จึงขออนุญาตนำความเห็นของนักวิชาการเพื่อประโยชน์ในการมองสถานการณ์ที่เกิดขึ้นมานำเสนอดังนี้

ดร.พนา ทองมีอาคม นักวิชาการด้าน สื่อมวลชน อดีตอาจารย์ คณะ***นิเทศศาสตร์*** จุฬาลงกรณ์มหาวิทยาลัย ***โพสต์***ข้อความผ่าน***เฟซบุ๊ก***ส่วนตัวถึงเหตุการณ์รัสเซียบุกยูเครนว่า

"...บ้านเรามักรับข่าวสารเรื่องรัสเซียและยูเครนจากมุมมองของโลกตะวันตก คนไทยจึงมักมีภาพของรัสเซียเป็นผู้ร้าย โดยที่เราไม่เคยเข้าใจเลยว่าทำไมรัสเซียจึงมีพฤติกรรม***ก้าวร้าว***เช่นนั้น

ถ้าจะเข้าใจ***ปูติน*** ต้องย้อนกลับไปถึงครั้ง***ล่มสลาย***ของสหภาพโซเวียต②

ครั้งนั้นเมื่อมีการประกาศสิ้นสุดสงครามเย็น③ มีการประชุมสุดยอดระหว่าง ***กอร์บาชอฟ*** กับ***จอร์จ บุช*** และต่อมาหลังจากนั้น รมต.ต่างประเทศ ***เจมส์ เบเกอร์*** ของอเมริกัน

ได้แถลงให้ความมั่นใจกับรัสเซียว่า การคงกำลังของนาโต[4] ในเยอรมันเพียงเป็นไปตาม ***พันธะ***ใน***สนธิสัญญา*** นาโตจะไม่ขยายเขตอำนาจเข้าไปทางตะวันออกแม้แต่นิ้วเดียว

หลังการล่มสลายของโซเวียต ***จอห์น เมเจอร์*** นายกฯอังกฤษก็ให้คำมั่นว่า จะไม่มีการเสริมความเข้มแข็ง ให้กับนาโต วันเวลาหลังผ่านไป 30 ปี นาโตกลับขยายกลุ่มประเทศในสังกัดเข้าไปประชิดพรมแดนรัสเซีย จะเรียกว่า***จ่อคอหอย***ก็ว่าได้

จากพรมแดนร่วมแนวสั้นๆ กับรัสเซีย แถว***สแกนดิเนเวีย*** ปัจจุบัน นาโตขยายรวมเอาประเทศในกลุ่มบอลติก[5] ที่เคยเป็นรัฐในสหภาพโซเวียตสามแห่งเข้าเป็นประเทศสมาชิกนาโต

เขต***รอยต่อ***อำนาจที่เคยเป็นแนวสั้นๆ ได้ขยายเข้าไปทางตะวันออกมากกว่า 1000 กม. และเข้าไปประชิด ***เซนต์ปีเตอร์สเบิร์ก*** เมืองใหญ่อันดับสองของรัสเซียแค่ไม่ถึง 200 กม. และห่างจากมอสโกราวๆ 600 กม. เท่านั้น

มีประเทศในอดีตกลุ่มวอร์ซอแพ็ก[6] ถึง 7 ประเทศที่***แปรพักตร์***ไปเข้าเป็นสมาชิกนาโต ยังมีการสัญญาแบบไม่เป็นทางการอีกด้วยว่า ที่สุดแล้วนาโตจะรับยูเครนและ***จอร์เจีย***เข้าเป็นสมาชิกอีกด้วย

ถ้าอยากเข้าใจสถานการณ์ก็ต้องเข้าใจมหาอำนาจและการรักษาฐานป้องกันประเทศของประเทศเหล่านี้

เมื่อครั้งเกิดวิกฤตการณ์คิวบา[7] โซเวียตไปตั้งฐานทัพในคิวบาและขนจรวดไปติด-ตั้ง ทั้งๆ ที่คิวบาก็เป็นประเทศอิสระและอยู่ห่างจากอเมริกากว่า 1,000 ก.ม. (ขึ้นอยู่กับว่าวัดจากจุดไหน)

อเมริกาก็ยอมรับไม่ได้ และส่งกำลังทางเรือไปปิดล้อมคิวบา เอาเรือรบไปเผชิญหน้าสกัดกองเรือโซเวียตกลางทะเลหลวง

มาครั้งนี้ก็ไม่ต่างกัน รัสเซียรู้สึกว่าฝ่ายตะวันตก ปิดล้อมใกล้เข้ามาทุกทีจนมาจ่อคอหอย เป็นจุดที่มหาอำนาจแบบรัสเซียถอยอีกไม่ได้แล้ว เพราะหากเกิดสงครามขึ้นมา ***พิสัย***การรบใกล้ๆ แบบนี้ ไม่มีทางป้องกันตัวได้ทันถ้าเกิดถูกโจมตีด้วยจรวดหรือเครื่องบิน

รบสมัยใหม่

ยังมีภัยคุกคามเรื่องการทำสนธิสัญญาป้องกันร่วมระหว่างกัน หรือการเข้าเป็นสมาชิกของประเทศนาโต เช่น ถ้ายูเครนบุกเข้ายึด***ไครเมีย***และเป็นสมาชิกนาโตด้วย นั่นจะดึงให้รัสเซียต้องทำสงครามกับกลุ่มประเทศในยุโรปและอเมริกาไปด้วย

ในสายตาของรัสเซีย พวกเขามองว่าอดีตรัฐในโซเวียต เช่น ยูเครนและ***เบลารุส*** เป็นเสมือนญาติใกล้ชิดเนื้อเดียวกัน มีประวัติศาสตร์และวัฒนธรรมร่วมกัน มีคนรัสเซียหรือพูดรัสเซียจำนวนมากในประเทศเหล่านี้

รัสเซียในฐานะแกนกลางของสหภาพโซเวียต เคยช่วยเหลือเกื้อหนุนรัฐเหล่านี้มามาก เมื่อรัสเซียเปลี่ยนเป็นประเทศอุตสาหกรรม ก็ได้เผื่อแผ่การพัฒนาให้ช่วยสร้างอุตสาหกรรม สร้างเศรษฐกิจ และให้อาวุธแก่รัฐในสหภาพเหล่านี้

ครั้งสหภาพโซเวียตล่มสลาย ก็มีแต่รัสเซียนี่เอง ที่ยอมก้มหน้าแบกรับภาระหนี้และพันธะต่างๆแทนสมาชิกอื่นๆ ดังนั้น ความ***บาดหมาง***ต่างๆที่เกิดขึ้นในช่วงที่ผ่านมา จึงเป็นเพราะมีคนนอกเข้าไปปลุกปั่น***ยุแหย่*** และ เกิดจากการแสวงหาอำนาจส่วนตัวของนักการเมืองที่***อิง***ศัตรู ร่วมมือกับประเทศที่เป็น***อริ***

นี่เป็นมุมมองโดยประมาณของรัสเซีย วันนี้สื่อและคนส่วนใหญ่รับรู้ข่าวสารจากโลกตะวันตกเป็นส่วนใหญ่ สำนักข่าวใหญ่ ๆ ที่ป้อนข่าวให้สื่อไทยล้วนเป็นสื่อค่ายตะวัน-ตกทั้งนั้น การรับรู้มุมมองของรัสเซียด้วย จะทำให้เราเข้าใจเขามากขึ้น และไม่ไปหลงเชียร์ข้างใดข้างหนึ่งจนประโยชน์ประเทศไทยเสียไป

พึงระลึกเสมอว่า สงครามคือความเดือดร้อนที่จะกระทบทั่วโลกรวมถึงตัวเราทุกคนด้วย…สงครามไม่ใช่การเชียร์มวย...”

จาก**สยามรัฐออนไลน์** 7 มีนาคม 2565 บทบรรณาธิการ

1. ศัพท์และวลี

ชีพจร	น.	［生理］脉，脉搏
ยูเครน	น.	乌克兰（Ukraine）
ลงเอย	ก.	结束，终结
บานปลาย	ก.	（规模）越来越大
ปะทุ	ก.	爆发；爆炸，爆裂，炸裂
ดราม่า	น.	戏，剧；戏剧；戏剧性事件，戏剧性情节（drama）
นิเทศศาสตร์	น.	宣传媒介学
โพสต์	ก.	寄，邮寄；发（邮件，信息等）
เฟซบุ๊ก	น.	脸书（一个社交网站）（Facebook）
ก้าวร้าว	ก.	冒犯，冲撞，轻慢
ปูติน	น.	普京（俄罗斯总统）（Putin）
ล่มสลาย	ก.	垮塌，坍塌，崩溃
กอร์บาชอฟ	น.	戈尔巴乔夫（苏联最后一任领导人）（Gorbachev）
จอร์จ บุช	น.	乔治·布什（美国前总统）（George Bush）
เจมส์ เบเกอร์	น.	詹姆斯·贝克（美国前国务卿）（James Baker）
พันธะ	น.	（必须承担的）义务，约束
สนธิสัญญา	น.	条约，协约
จอห์น เมเจอร์	น.	约翰·梅杰（英国前首相）（John Major）

จ่อคอหอย	ก.	（用刀等武器）对准咽喉
สแกนดิเนเวีย	น.	斯堪的纳维亚（半岛）(Scandinavian)
รอยต่อ	น.	焊接痕迹
เซนต์ปีเตอร์สเบิร์ก	น.	圣彼得堡（ Saint Petersburg ）
แปรพักตร์	ก.	背叛，背离，变节
จอร์เจีย	น.	格鲁吉亚（ Georgia ）
พิสัย	น.	样子，本质，本性；限度，可能性
ไครเมีย	น.	克里米亚（ Crimea ）
เบลารุส	น.	白俄罗斯（ Belorussia ）
บาดหมาง	ก.	伤和气，伤感情，感情破裂
ยุแหย่	ก.	支持分裂
อิง	ก.	倚，靠，依靠；据，依据
อริ	น.	仇敌，仇人，敌人

2. ความรู้ภูมิหลัง

乌克兰

乌克兰（Ukraine），位于欧洲东部，东接俄罗斯，南濒黑海，北与白俄罗斯毗邻，西与波兰、斯洛伐克、匈牙利、罗马尼亚和摩尔多瓦诸国相连。乌克兰地理位置重要，是欧洲联盟与独联体，特别是与俄罗斯地缘政治的交叉点。

旧石器时代早期，乌克兰现疆域内就存在古代人类活动的痕迹。“乌克兰”一

词最早见于《罗斯史记》（1187），意为“边陲之地”。1240年，蒙古帝国远征军占领基辅，之后蒙古金帐汗国、立陶宛大公国和波兰先后统治乌克兰。1654年，乌克兰哥萨克首领赫梅利尼茨基与俄罗斯帝国沙皇签订《佩列亚斯拉夫合约》，乌俄正式合并。此后，乌克兰虽有过自己的政府，但未起过实质性作用；1922年加入苏联（西部乌克兰1939年加入）。1990年7月16日，乌克兰最高苏维埃（一院制议会）通过《乌克兰国家主权宣言》；1991年8月24日宣布独立。

乌克兰是世界上第三大粮食出口国，有“欧洲粮仓”美誉，其农业产值占国内生产总值的20%。乌克兰工农业较为发达，重工业在工业中占据主要地位。

3. ข้อสังเกต

① เชียร์มวย：原意指拳击赛场上观众为自己喜爱的拳击手呐喊、助威和加油。此处是借代，意指“挑动，拱火”。

② สหภาพโซเวียต：苏联，全称“苏维埃社会主义共和国联盟”（Union of Soviet Socialist Republics，USSR），是存在于1922—1991年的联邦制社会主义国家，并实行社会主义制度，苏联共产党执政。苏联共产党领导人民开始了大规模的社会主义建设，推动了社会生产力的发展，综合国力有了很大提高，成为仅次于美国的世界第二大经济体。苏联于1941年卷入第二次世界大战，取得了卫国战争的胜利，于1945年4月30日占领柏林，同年5月8日纳粹德国投降。第二次世界大战后，苏联与美国成为当时世界上最强大的两个国家，被称为“超级大国”。苏联于1955年成立华沙条约组织，标志着冷战格局完全形成。20世纪80年代初期，苏联经济增长速度变慢，国力逐渐落后于美国。在20世纪80年代末，戈尔巴乔夫进行国家自由化和民主化改革，但失败了。1991年8月19日，苏联国内爆发“八一九”事件。12月25日，戈尔巴乔夫辞去总统职务，并将权力移交给叶利钦，苏联解体。

③ สงครามเย็น：冷战（cold war）是指1947—1991年北大西洋公约组织（以美国为首）为主的资本主义阵营与华沙条约组织（以苏联为首）为主的社会主义阵营之

间的政治、经济、军事斗争。1991年华沙条约组织解散，之后苏联解体，标志着冷战结束，同时也标志着两极格局结束，前后共44年。

④ นาโต：北大西洋公约组织（North Atlantic treaty organization），简称“北约组织”或“北约”（NATO），是北美与欧洲国家为实现防卫协作而建立的一个国际军事集团组织，成立于1949年8月24日，总部位于比利时布鲁塞尔。2020年3月27日，北马其顿正式加入北约，成为北约第30个成员国。

⑤ กลุ่มบอลติก：现今的立陶宛、拉脱维亚和爱沙尼亚三国，位于波罗的海最东端沿岸地区。这3个国家于1917年依据《布列斯特—立托夫斯克条约》脱离俄罗斯独立；1919年协约国武装干涉俄罗斯，并借机入侵波罗的海国家；1940年苏联接纳波罗的海国家为加盟共和国；1941年纳粹德国军队侵略波罗的海；1944年苏联军队收复三国；1990年三国相继脱离苏联独立，促成苏联解体。

⑥ กลุ่มวอร์ซอแพ็ก：华沙条约组织（Warsaw treaty organization），简称“华约组织”或“华约”（Warsaw pact），是欧洲社会主义阵营国家为对抗北约于1955年成立的政治军事同盟。1991年7月1日，华沙条约组织正式解散。

⑦ วิกฤตการณ์คิวบา：古巴导弹危机，指1962年冷战期间美苏两国之间发生的最激烈的一次对抗，起因是1959年美国在意大利和土耳其部署了中程弹道导弹雷神导弹和朱比特导弹。苏联为了挽回局面，在古巴部署导弹。危机持续了13天，苏美双方在核按钮旁徘徊，使人类空前地接近被毁灭的边缘，最后以苏联与美国的相互妥协而告终。古巴导弹危机险些酿成热核战争，迄今为止，仍然被认为是关系人类存亡的最危险时刻。

4. จงตอบข้อถามเกี่ยวกับบทความดังต่อไปนี้

1） เพราะเหตุไรผู้เขียนบทความจึงนำความเห็นของนักวิชาการเกี่ยวกับสถานการณ์ที่เกิดขึ้นมาเสนอ

2） เพราะเหตุไรคนไทยมักมีภาพเชิงลบต่อรัสเซีย

3） ทำอย่างไรถึงจะเข้าใจปูตินได้

4） คำประกันที่ผู้นำสหรัฐฯให้กับรัสเซียในการประชุมสุดยอดหลังมีการประกาศสิ้น-สุดสงครามเย็นนั้นคืออะไร

5） ผู้นำตะวันตกไม่ได้รักษาคำประกันของตัวเองถึงขนาดไหน

6） เวลาหลังผ่านไป30 ปี นาโตได้ขยายไปทางตะวันออกมากเท่าไร

7） ตามนักวิชการ สาเหตุสำคัญที่รัสเซียบุกยูเครนคืออะไร

8） ตามรัสเซีย ความบาดหมางต่างๆที่เกิดขึ้นระหว่างรัสเซียกับอดีตรัฐต่างๆในโซเวียตในช่วงที่ผ่านมาเป็นเพราะอะไร

9） เพราะเหตไร คนไทยจำต้องรับรู้มุมมองของทั้งฝ่ายตะวันตกและรัสเซียด้วย

10） ตามที่คุณเห็ณ คำว่า *สงครามไม่ใช่การเชียร์มวย* นั้นหมายความว่าอะไร

4

เหตุเพราะไม่มีวินัยและไม่ซื่อสัตย์

原因是不守纪律和不诚实

ตัวเลขผู้ติดเชื้อไวรัสโควิด-19 ที่เพิ่มขึ้นอย่างก้าวกระโดด สาเหตุส่วนหนึ่งที่ทำให้เชื้อไวรัสแพร่กระจายออกไปอย่างรวดเร็ว มาจากปัญหาความไม่มีวินัย และไม่ซื่อสัตย์

ระเบียบวินัย และความซื่อสัตย์ เป็นสิ่งจำเป็นต่อการอยู่ร่วมกันในสังคมไทย ทั้งในยามปกติ และในยามวิกฤติ เพื่อให้เกิดความสงบสุข ซึ่งต้องผ่านการ***หล่อหลอม***มาตั้งแต่วัยเด็ก จากสถาบัน①ครอบครัว สถาบันการศึกษา และศาสนา ที่ต้องปลูกฝังจิตสำนึก ให้ปฏิบัติตามกฎ ***กติกา***ของสังคม มีความรับผิดชอบต่อตนเอง ต่อครอบครัว และส่วนรวม

ไม่ว่าจะเป็นเรื่องของการตรงต่อเวลา การ***เข้าคิว***ซื้อของและรับบริการต่างๆ ซึ่งปัจจุบันนี้แม้จะพบว่า สังคมไทยเริ่มไม่ทนต่อคนที่***แซงคิว*** ซึ่งปัญหานี้เริ่มลดน้อยถอยลงไปแล้ว แต่ปัญหาอื่นๆ ยังคงมีความรุนแรง ไม่ว่าจะเป็นการไม่ปฏิบัติตามกฎจราจร การดื่มสุราขณะขับรถ การขับขี่รถจักรยานยนต์บนทางเท้า แม้แต่การข้ามถนนไม่ตรงทางม้าลายที่ยังพบมีภาพให้ได้พบเห็นอยู่เป็นประจำ กระทั่งนักท่องเที่ยวชาวต่างชาติต่างๆบางส่วนที่ เคยปฏิบัติตนอย่างเคร่งครัดในประเทศของตนเอง เมื่อมาเที่ยวประเทศไทยเองก็ยังมีพฤติกรรมไม่ข้ามถนนตรงทางม้าลาย

ซึ่งเมื่อพูดถึงเรื่องของความมีวินัยและความซื่อสัตย์นั้น เรามักจะนึกถึงชาติที่เป็นแบบอย่างในเรื่องนี้คือ ประเทศญี่ปุ่น โดยเฉพาะเหตุการณ์ภัยพิบัติ***สึนามิ***② ญี่ปุ่นได้แสดงให้นานาชาติเห็นถึงจิตวิญญาณแห่งความมีวินัยและความซื่อสัตย์ ที่ทุกคนพร้อมจะอยู่ในกติกา มีการเข้าคิวรับสิ่งของอย่างเป็นระเบียบ ในอาการสงบ ไม่ลัก

ขโมยและปล้นชิง ***เอื้อเฟื้อเผื่อแผ่***กันและไม่***กักตุน***สินค้า ***โก่ง***ราคาขายสินค้า ทำให้เขาสามารถผ่านวิกฤติมาได้อย่างรวดเร็ว

เรื่องนี้ไม่ได้ยกชาติอื่น เพื่อเหยียดชาติของตนเอง แต่ต้องนำมาสะท้อนให้เห็นถึงปัญหาความแตกต่าง เพราะเมื่อประเทศไทยเรากำลังเผชิญวิกฤตการณ์การแพร่ระบาดของเชื้อไวรัสโควิด-19นี้ สิ่งที่มีตั้งแต่ความไม่มีวินัยต่อตนเองในการปฏิบัติตนตามคำแนะนำของกระทรวงสาธารณสุขเพื่อป้องกันการติดเชื้อ เมื่อมาจากประเทศกลุ่มเสี่ยงแล้ว ปกปิดข้อมูล ยังคงเดินทางไปในสถานที่ต่างๆ พบปะและสัมผัสผู้คน ไอ ***จาม***ไม่ปิดปาก หรือไม่สวมใส่หน้ากากอนามัยเพื่อป้องกัน แม้กระทั่งข่าวแรงงานผิดกฎหมายที่ลักลอบทำงานในต่างประเทศซึ่งเดินทางกลับมาจากประเทศกลุ่มเสี่ยง ไม่ยอมกักตน ยังคงใช้ชีวิตกิน ดื่ม เที่ยวเหมือนคนทั่วไป หรือแม้แต่ผู้ที่ไม่ได้เดินทางกลับมาจากประเทศกลุ่มเสี่ยง แต่กลับ***กุ***เรื่องเพื่อเรียกร้องความสนใจ

ในขณะที่บางส่วนฝ่าฝืนคำสั่งของหน่วยงานและองค์กร แอบเดินทางไปยังประเทศที่มีการแพร่ระบาด ซึ่งเรื่องนี้หน่วยงานต่างๆทั้งราชการและเอกชนควรมีมาตรการตรวจ-สอบหนังสือเดินทางย้อนหลังของบุคคลากรในองค์กรของตนเอง หากพบมีการเดินทางไปในประเทศที่มีการแพร่ระบาด แม้จะไม่ใช่ประเทศกลุ่มเสี่ยง ให้แจ้งกักกันโรคและสอบสวนโรคโดยด่วน

และปัญหาการกักตุนสินค้าที่เป็นอุปกรณ์จำเป็นในการป้องกันตัวจากการแพร่ระบาดของเชื้อไวรัส ทั้งหน้ากากอนามัย ที่หายไปจากตลาด จนสร้างความไม่พอใจให้กับคนในสังคม เป็นการแสวงหาผลประโยชน์บนความเดือดร้อนของเพื่อนร่วมชาติ รวมทั้งอุปกรณ์อื่นๆ เช่น ***เจลแอลกอฮอล์***

ในขณะที่คนในสังคมส่วนหนึ่งมีความกังวลกับสถานการณ์ แห่กักตุนสินค้าอุปโภคบริโภค ภาพชั้นวางสินค้าต่างๆในห้างสรรพสินค้าจึงมีแต่ความว่างเปล่า

ปัญหาต่างๆล้วนสืบเนื่องมาจากความไม่มีระเบียบวินัย และไม่ซื่อสัตย์ หากมีระเบียบวินัยและความซื่อสัตย์ตั้งแต่ 2 เดือนที่ผ่านมา ภายใต้มาตรฐานระบบสาธารณสุข

ไทยที่ได้รับการยอมรับในระดับ6③ของโลก คงไม่มีการแพร่ระบาดมากขนาดนี้

จาก**สยามรัฐออนไลน์** 20/02/2020 บทบรรณาธิการ

1. ศัพท์และวลี

หล่อหลอม	ก.	熔铸，熔化；锻炼
กติกา	น.	规则，规章
เข้าคิว	ก.	排队
คิว	น.	（人或车辆等）行列，长队（queue）
แซง	ก.	抢行，超车
สึนามิ	น.	海啸（tsunami）
แซงคิว	ก.	插队
เอื้อเฟื้อ	ก.	豁达，慷慨，资助，接济
เผื่อแผ่	ก.	慷慨，宽厚，周济，乐善好施
กักตุน	ก.	囤积，囤积居奇
โก่ง	ก.	抬高（物价）
จาม	ก.	打喷嚏
กุ	ก.	捏造，杜撰，虚构
เจลแอลกอฮอล์	น.	酒精凝胶（alcoholic gel）

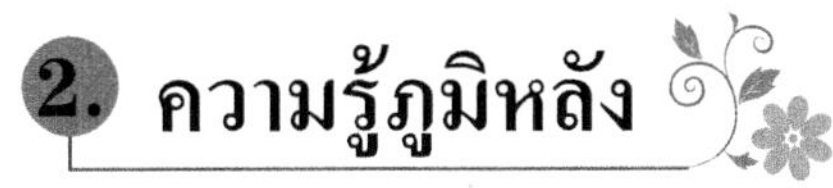

人类历史上的流感大劫难

世界卫生组织的报告显示，每年平均有1/10的成人和1/3的儿童感染流感。当人们回顾历史，不难发现，杀伤力惊人的流感并不鲜见。

一、 公元前412年

早在公元前412年，“现代医学之父”——古希腊的希波克拉底就已经记述了类似流感的症状。但直到1580年，菲利普二世统治西班牙期间，才有明确的关于流感大流行的记录。

二、1580年

对流感大流行最早的详尽描述是在1580年。这一年数月之间，罗马便死亡9000人，马德里变成了一座荒无人烟的空城，意大利、西班牙增加了几十万座新坟。当时，人们把流感称为“闪电般的瘟神”。很多科学家认为，菲利普二世的军队将流感病毒带到了欧洲其他国家。

三、1658年

在整个17世纪，世界上出现了3次流感大流行。1658年，意大利威尼斯城的一次流感大流行使6万人死亡。惊慌的人们认为这是上帝的惩罚，所以将这种病命名为“Influenza”，意即“魔鬼”。今天，虽然科学已经证明流感是病毒感染所致，但这个名称一直沿用下来。当时，医生们全力以赴，但因为对流感知之甚少，所以并没能有效地阻止流感的流行。

四、1837年

此后，由于城市不断扩大，人与人之间的交往日益频繁，1742—1743年，由流行性感冒引起的流行病曾影响90%的东欧人。流感大流行持续到19世纪。1837年1月在欧洲大流行的流感非常严重，在柏林造成的死亡人数超过出生人数，巴塞罗那所有的公共商业活动停止。

五、1889—1894年

这期间发生的流感席卷了整个西欧，发病广泛，死亡率高，造成了严重影响。

六、1918年

1918年，世界上暴发了历史上最严重的流感——“西班牙流感”。它夺取了超过5000万人的生命，其中，西班牙死亡800万人。因为当时正处于第一次世界大战期间，英、法、美、德和所有欧洲参战国都实行严格的新闻管制，一切可能有损前线士气的事情都不允许报道，更不允许把区域流感渲染成“瘟疫”。整个欧洲只有中立国西班牙的媒体不受管制，也不用报道战争，每天就报道自家的流感情况，全球媒体也迅速跟进，甚至还给西班牙流感病毒起了一个名字——“西班牙女郎”。就这样，这个名字广为流传。因此，人们将这次流感命名为“西班牙流感”。

随着时间的流逝，科学家对流感的了解越来越多，懂得了要对感染人群进行隔离。同时，也有科学家在实验室培植流感病毒，以制造出流感疫苗。

据最新研究，“西班牙流感”病毒其实是禽流感病毒的一种，与目前肆虐的禽流感H5N1病毒一样，都是先在鸟类身上发生的。

七、1957年

1957年，“亚洲流感”（病毒类型H2N2）暴发。两周后席卷了亚洲所有国家，接着又在大洋洲、美洲和欧洲登陆，席卷了无数国家。

科学的进步让科学家很快就能够确定流感病毒，卫生官员也能够快速做出反应，生产出疫苗，但全球仍然有200多万人难逃厄运。

八、1968年

1968年7月，由甲型流感病毒（H3N2）所致的“香港流感”在香港大规模流行。据统计，美国共有3.4万人因感染致死，整个伦敦很多人染病，需要大批志愿者进行护理。

九、1976年

1976年，驻扎于美国新泽西州福特迪克斯军事基地的一名美军士兵感染猪流感致死，很多卫生官员因此担心“西班牙流感”卷土重来，引发了全国性恐慌。但该病毒当时只在美国的猪之间传播，科学家也研制出了疫苗，1/4的美国人注射了疫苗，因而并没有暴发大规模疫情。

十、1977—1978年

1977年1月，“俄罗斯流感”（病毒类型H1N1）在苏联出现并流行。1978年1月开始在美国在校学生及征募的新兵中流行。“俄罗斯流感”不同于以往历次流感。

引发此次流感的致病病毒为1957年流行的H2N2病毒株的变异体，成年人均为轻微感染，而未成年人的发病率则很高。

十一、1997年

1997年开始出现禽流感病毒（H5N1）。该病毒尽管很少感染人，仍然夺去了18个人的生命。这些人大都与家禽有过直接接触。

十二、2003年

自2003年以来，全球有400多例禽流感致死的病例。2003年10月底至2004年1月15日，越南发生14例严重呼吸系统疾病患者，其中12人死亡，3例经实验证实感染H5N1。2003年12月10日，韩国暴发禽流感，200多万只鸡和鸭被屠宰掩埋。

十三、2009年

2009年，在墨西哥出现了甲型H1N1流感致死的病例。虽然科学家认为，随着过去90年来的医学进步，这次流感不可能造成“西班牙流感”那样可怕的破坏，但流感病毒仍然像一个“幽灵”飘荡在世界的各个角落，威胁着人类的生命。

3. ข้อสังเกต

① สถาบัน：有“学会，学院，机构，制度”等多重意思，但理解和翻译时要具体情况具体分析。此处的สถาบันครอบครัว指“家庭”实体本身，不必一字不落地翻译为“家庭机构”或其他。สถาบันพระมหากษัตริย์ 只能翻译成“王室”，其他的翻译都不妥。

② เหตุการณ์ภัยพิบัติสึนามิ：指的是当地时间2011年3月11日14点46分（北京时间13点46分）发生在日本东北部太平洋海域的强烈地震所引发的海啸。此次地震的震级达到9.0级，为历史上第五大地震，震中位于日本宫城县以东太平洋海域，距仙台约130千米，震源深度20千米。地震引发的巨大海啸对日本东北部岩手县、宫城县、福岛县等地造成毁灭性破坏，并引发福岛第一核电站核泄漏。

③ ระบบสาธารณสุขไทยที่ได้รับการยอมรับในระดับ6：因为泰国崇尚西医，所以泰国整个医疗配套都是参照西方标准制定的。泰国的私立医院都舍得花钱，所以从

设备到用药、医护人员，都是顶级的。在泰国，通过美国JCI（joint commission international）认证的医院总共有62家。在美国CEO WORLD杂志的“2019年全球医疗系统排名”中，泰国位居第六。

4. จงตอบข้อถามเกี่ยวกับบทความดังต่อไปนี้

1） ตามผู้เขียนบทความ ใครไม่มีวินัย และไม่ซื่อสัตย์ จึงทำให้เชื้อไวรัสแพร่กระจายออกไปอย่างรวดเร็ว

2） ระเบียบวินัย และ ความซื่อสัตย์มีความสำคัญอย่างไรต่อสังคมไทย

3） ทำอย่างไรจึงจะให้คนไทยมีระเบียบวินัยและความซื่อสัตย์ได้

4） ภาพที่ขาดระเบียบวินัยให้ได้พบเห็นอยู่เป็นประจำมีอะไรบ้าง

5） จีนมีสินค้าออกเหมือนกับไทยเกือบ 90% ที่สำคัญคืออะไร

6） ตามที่คุณเห็น ระเบียบวินัย และความซื่อสัตย์กับมาตรฐานระบบสาธารณสุขอันสูงในการป้องกัน และ ควบคุมเชื้อไวรัสโควิด-19 อย่างไหนสำคัญกว่า ขอยกตัวอย่างได้ไหม

5

เข้าสู่สังคม 5 จี①

进入5G社会

เสร็จสิ้นไปแล้วสำหรับการประมูลคลื่นความถี่ 5จี ครั้งประวัติศาสตร์ของประเทศไทย โดยมีผู้เข้าร่วมประมูลทั้งสิ้น 5 ราย สร้างรายได้เข้ารัฐรวม 100,521 ล้านบาท โดยจากนี้ผู้ประกอบการที่ได้รับอนุญาตจะดำเนินการนำเข้า และ ติดตั้งเครือข่าย 5จี เพื่อเร่งให้บริการทันที

การมาของเทคโนโลยี ไม่ว่าจะเต็มใจรับหรือไม่ก็ตาม เทคโนโลยีจะเปลี่ยน**โฉมหน้าของสังคมไทย ที่จะพัฒนาให้เกิดประโยชน์ด้านต่างๆ ทั้งเศรษฐกิจ สังคม** การศึกษาและการเกษตรและความมั่นคง ขณะเดียวกันวัฒนธรรมและการรู้เท่าทันฉลาดที่จะใช้เทคโนโลยีเหล่านั้นก็เป็นสิ่งสำคัญ

พล.อ.ประวิตร วงษ์สุวรรณ รองนายกรัฐมนตรี② กล่าวว่า รัฐบาลขอให้ กสทช.③ เร่งให้บริการ 5G เพื่อให้เกิดประโยชน์แก่ประชาชนอย่างยั่งยืน รองรับการ-เข้าสู่สังคมสูงอายุ ในด้านการสาธารณสุขให้มีการพัฒนาให้เกิดโรงพยาบาล***อัจฉริยะ*** ในโรงพยาบาลส่งเสริมสุขภาพชุมชน ภาคการเกษตร รองรับการใช้เทคโนโลยีเพื่อเพิ่มการผลิต ด้านอุตสาหกรรม ให้มีการปรับปรุงโครงสร้างการผลิตที่มีประสิทธิภาพ ภาคการศึกษาช่วยให้เยาวชนเข้าถึงการศึกษาที่ทันสมัยรอบด้าน ด้านสังคมและชุมชน ให้มีการส่งเสริมเศรษฐกิจชุมชนและ***สตาร์ตอัพ***ระดับท้องถิ่น

ก่อนหน้านี้ นายฐากร ตัณฑสิทธิ์ เลขาธิการคณะกรรมการกิจการกระจายเสียง กิจการโทรทัศน์ และกิจการโทรคมนาคมแห่งชาติ (กสทช.) กล่าวในการเสวนา④

"5Gเปลี่ยนโลกเปลี่ยนประเทศ" ว่า เทคโนโลยี 5 จี จะสร้างผลกระทบต่อ 10 ภาคธุรกิจและภาคสังคมได้แก่

1. การเงินการธนาคาร คนใช้***โมบายแบงกิ้ง***มากขึ้น มีการใช้***เอไอ***วิเคราะห์***สินเชื่อ*** ธนาคารต้องปรับตัว เพิ่ม***ทักษะ***พนักงาน

2. อุตสาหกรรม การเปลี่ยนมาเป็น***หุ่นยนต์***ในการผลิตสินค้าในระบบ***อัตโนมัติ***มากขึ้น จำเป็นต้องลดแรงงานคนลง

3. การเกษตร สามารถเพิ่มมูลค่าการผลิตต่อไร่ให้สูงขึ้น โดยใช้***ไอโอที***วิเคราะห์สภาพแวดล้อมในการเพาะปลูก และต่อไปจะเป็นการเกษตรแบบ***สมาร์ทฟาร์ม***มิ่งมากขึ้น

4. การขนส่ง ต้องปรับตัว เมื่อคนติดต่อสื่อสารผ่าน 5จี มากขึ้น ขนส่งน้อยลง

5. การท่องเที่ยว

6. การแพทย์ เกิดการรักษาทางไกลผ่านอินเตอร์เน็ต ใช้เอไอจ่ายยาแทนหมอ

7. การทำงานที่บ้าน ประสานงานผ่านอินเตอร์เน็ตโครงสร้างการทำงาน สังคมต้องปรับตัว อาคารให้เช่าต้องระวัง

8. การค้าปลีก เมื่อทำเลทอง⑤ อยู่บนโลกออนไลน์

9. อุตสาหกรรมโทรทัศน์และสื่อ ทีวี***ดิจิทัล***กระทบแน่นอน เมื่อคนไม่ดูทีวี แต่ดูผ่านมือถือ

10. ภาครัฐ ต้องปรับตัวให้ทันต่อการเปลี่ยนแปลง โดยไม่อยากเห็นภาครัฐออกกฎเกณฑ์ในการ***กำกับดูแล*** แต่อยากให้สนับสนุนการปรับตัวของเอกชน

แน่นอนว่าเทคโนโลยีเป็น***ดาบสองคม***ผู้ที่พร้อมจะเปลี่ยนแปลง รู้เท่าทันและฉลาดใช้ ก็จะได้ประโยชน์อย่างสูง ขณะเดียวกันการรักษาความปลอดภัยให้กับประชาชน ท่ามกลางการเปลี่ยนแปลงนี้ก็เป็นสิ่งจำเป็น ด้วยอาชญากรรมรูปแบบใหม่รวมทั้งอาการคลั่งของคนที่ป่วยจิตที่จะอาศัยช่องประตูแห่งนี้สร้างความ***โกลาหล*** เราต้องรับมือและสร้างภูมิคุ้มกันไปพร้อมกัน

จาก**สยามรัฐออนไลน์** 20/02/2020 บทบรรณาธิการ

1. ศัพท์และวลี

โรงพยาบาลอัจฉริยะ	น.	智能医院
อัจฉริยะ	ป.ว.	天才，奇异，神奇
สตาร์ตอัพ	น.	启动；新兴公司（尤指新兴网络公司）（start up）
โมบายแบงกิ้ง	น.	移动银行，手机银行（mobile banking）；人工智能（artificial intelligence）
เอไอ	น.	（AI）
สินเชื่อ	น.	信贷，信用
ทักษะ	น.	技能，技巧
หุ่นยนต์	น.	机器人
อัตโนมัติ	น.	自动化（automatic）
ไอโอที	น.	物联网（Internet of Things）（IOT）
สมาร์ทฟาร์มมิ่ง	น.	智能农业（smart farming）
ดิจิทัล	ว.	数字的，数码的，数字信息系统的，数字式的（digital）
กำกับดูแล	ก.	主管，督导
ดาบสองคม	น.	双刃剑
โกลาหล	ว.	混乱，动乱；喧哗，吵闹

2. ความรู้ภูมิหลัง

5G发展的意义

5G技术凭借其大连接、大宽带及高可靠、低时延等技术优势，能够显著促进信息消费，推动通信产业发展层级的跃升，并成为国家经济增长的新动能。

一方面，5G发展能够促进人与人、人与物、物与物的广泛连接，直接推动5G手机、智能家居、可穿戴设备等产品消费，还可培育下一代社交网络、VR/AR浸入式游戏等新业态，为国家信息消费提供新的内涵和方向。根据中国信息通信研究院测算，预计2020—2025年，5G建设将带动新型信息产品和服务消费超过8万亿元。此外，基于5G高速率、高可靠、大连接等性能以及其延展出来的新特征，对元器件、芯片、终端、系统设备等都提出了更高的要求，将直接带动相关技术产业的进步升级，有助于提升我国信息产业的国际竞争力。

另一方面，5G作为新一代信息技术基础设施，其应用场景相对宽泛，包括工业互联网、车联网、物联网等，支撑更大范围、更深层次的数字化转型。在此背景下，5G与云计算、大数据、人工智能等技术深度融合，将支撑传统产业研发设计、生产制造、管理服务等生产流程的全面深刻变革，促进各类要素、资源的优化配置和产业链、价值链的融会贯通，使生产制造更加精益、供需匹配更加精准、产业分工更加明确，赋能传统产业优化升级。

3. ข้อสังเกต

① 5จี：即5G，第五代移动通信技术（5th Generation Mobile Communication Technology）的简称，是具有高速率、低时延和大连接特点的新一代宽带移动通信技术，是实现人机物互联的网络基础设施。

② พล.อ.ประวิตร วงษ์สุวรรณ：巴逸 · 翁素万上将，现任泰国政府内阁副总理。พล.อ.是พลเอก（上将）的缩写。

③ กสทช.: กิจการโทรทัศน์ และกิจการโทรคมนาคมแห่งชาติ（国家电视电信业）的缩写。

④ เสวนา: 原意是“结识，结交”，现多引申为“研讨会”。

⑤ เลทอง: let on，原意是“透露，泄露”，此处引申为“宣布，发布”。

4. จงตอบข้อถามเกี่ยวกับบทความดังต่อไปนี้

1） การรับเทคโนโลยีจะก่อให้เกิดประโยชน์ด้านต่างๆอะไรบ้างต่อสังคมไทย

2） เทคโนโลยี 5G จะทำอะไรได้ในด้านต่างๆแห่งชาติ กรุณายกตัวอย่างได้ไหม

3） เพราะเหตุไรในสังคม5G ภาคอุตสาหกรรมจำเป็นต้องลดแรงงานคนลง

4） สำหรับการมาของ5G ภาครัฐอยากให้ประชาชนทั่วไปทำอย่างไรในขณะที่ตัวเองไม่อยากออกกฎเกณฑ์ในการกำกับดูแล

5） ทำไมจึงพูดว่าเทคโนโลยี 5G เป็นดาบสองคม

6

ปัดฝุ่นย้ายเมืองหลวง

重新审视迁都方案

โจโก วิโดโด ประธานาธิบดีอินโดนีเซีย ประกาศว่าจะย้ายเมืองหลวงจาก***จาการ์ตา***บน***เกาะชวา***ไปอยู่ในเขต***กะลิมันตัน***ตะวันออก บนเกาะ***บอร์เนียว***① เนื่องจากกรุงจาการ์ตาประสบปัญหาน้ำท่วมมาตั้งแต่ปี 2550 โดยในปีดังกล่าวมีพื้นที่ร้อยละ 70 ที่ถูกน้ำท่วม และพบว่าแผ่นดินกรุงจาการ์ตาทรุดลงปีละ 7.5-10 เซนติเมตร ตามข้อมูลของ Deltares② สถาบันวิจัยสัญชาติเนเธอร์แลนด์ ซึ่งปัญหามาจากการพัฒนาระบบระบายน้ำและระบบท่อน้ำเสียที่ล่าช้า รวมถึงการสูบ***น้ำบาดาล***ขึ้นมาใช้มากจนเกินไป เมื่อฝนตกหนัก น้ำจึงท่วมได้ง่าย

นอกจากปัญหาน้ำท่วม ยังมีปัญหาอื่นๆมากมายทั้งประชากรหนาแน่นกว่า 10 ล้านคน การจราจรติดขัดรวมถึงมลพิษทั้งทางอากาศและน้ำ อย่างไรก็ตาม การย้ายเมืองหลวงจะใช้งบประมาณราว 466 ล้าน***รูเปียห์*** หรือ 3.274 หมื่นล้านเหรียญสหรัฐ และมีประชากรราว 1 ล้านคนที่จะตามไปตั้ง***รกราก*** ณ เมืองหลวงแห่งใหม่

สำนักข่าวต่างประเทศรายงานว่ากรุงเทพมหานครเมืองหลวงของประเทศไทยก็เป็นอีกเมืองหนึ่งที่ตั้งอยู่เหนือระดับน้ำทะเลเพียง 1.5 เมตร จากข้อมูลขององค์การความร่วมมือระหว่างประเทศแห่งญี่ปุ่น (JICA) ระบุว่า กรุงเทพฯ กำลังจมลงปีละ 2 เซนติเมตร คาดว่าภายในปี 2573 ร้อยละ 40 ของพื้นที่จะจมอยู่ใต้น้ำ หากไม่มีมาตรการป้องกัน โดยปัญหาอุทกภัยปี 2554 มีมูลค่าความเสียหายทางเศรษฐกิจสูงถึง 4.721 หมื่นล้านเหรียญสหรัฐ

ทั้งนี้ JICA ได้แนะนำให้รัฐบาลไทยสร้างทางระบายน้ำเพื่อลดผลกระทบจากน้ำท่วม โดย 2 โครงการแรก คาดว่าจะแล้วเสร็จในปี 2568

อย่างไรก็ตาม ในการเปิดประชุมประจำปี 2562 ของสำนักงานสภาพัฒนาการ-เศรษฐกิจและสังคมแห่งชาติ (สศช.) เรื่อง "การขับเคลื่อนการพัฒนาเชิงพื้นที่ เชื่อมไทย ก้าวไกล เชื่อมโลก" ***พล.อ.ประยุทธ์ จันทร์โอชา*** นายกรัฐมนตรี และรัฐมนตรีว่าการกระทรวงกลาโหม ได้***ปาฐกถา***พิเศษตอนหนึ่งถึงปัญหาน้ำท่วมว่า ตนได้สั่งให้ทำแก้มลิง③ แต่ก็ไม่ได้สั่งให้ทำแบบ***กระจ๊อกกระแจ๊ก*** หรือสั่ง ให้ประชาชนเลี้ยงปลามันเป็นคนละเรื่อง แต่พูดถึงแก้มลิงขนาดใหญ่ เป็นทะเลสาบ ให้พื้นที่น้ำท่วมไหลลง**มาสู่แก้มลิงนี้ได้ ระยะยาวจะเรียกว่า ทะเลสาบ ระยะสั้นจะเรียกว่า แก้มลิง ซึ่งรัฐจะ**ต้องจ่ายค่าเยียวยาผู้ได้รับผลกระทบจากการก่อสร้าง

ในโอกาสนี้ นายกรัฐมนตรี ยังกล่าวถึงแนวคิดการขยายเมืองหลวง คือ**กรุงเทพมหานครออกไปรอบนอกบ้าง รวมทั้งแนวคิดในการย้ายเมืองหลวง ให้สศช.** ไปคิดว่าจะย้ายไปที่ไหน ใช้งบประมาณอย่างไร เพื่อแก้ไขปัญหาการจราจรติดขัดด้วย

ทั้งนี้ เราเห็นว่าแนวคิดการย้ายเมืองหลวงนั้นไม่ใช่เรื่องใหม่ รัฐบาลในอดีตมีแนวคิดดังกล่าว แต่ที่ยังไม่เป็นผลสำเร็จ ไม่ว่าจะเป็นในยุคของ***จอมพล ป.พิบูล-สงคราม*** นายกรัฐมนตรี ที่มีแนวคิดย้ายเมืองหลวงไปอยู่ที่***จ.เพชรบูรณ์*** แต่เกิดการ-เปลี่ยนแปลงทางการเมืองเสียก่อน ยุคของ***พล.อ.ชวลิต ยงใจยุทธ*** นายกรัฐมนตรี มีแนวคิดที่จะย้ายไปอยู่ที่***จ.ฉะเชิงเทรา*** แต่ได้รับเสียงคัดค้านจนต้องยกเลิกไป สมัย***ทักษิณ ชินวัตร*** เป็นนายกรัฐมนตรีก็มีแนวคิดย้ายไปอยู่ที่***จ.นครนายก***เช่นกัน แม้แต่***นายสมัคร สุนทรเวช*** อดีตนายกรัฐมนตรี ก็เคยมีแนวคิดที่จะย้ายเมืองหลวงไปอยู่ที่*จ.นครปฐม*

ทั้งนี้ การศึกษาในเรื่องดังกล่าวมีมาบ้างแล้ว หากนำมาปัดฝุ่น และ ศึกษาเพิ่ม-เติมให้สอดคล้องกับสภาพต่างๆที่เปลี่ยนแปลงไปในปัจจุบัน ก็อาจจะได้ข้อสรุปและ

สำเร็จได้ในรัฐบาลชุดนี้

จาก**สยามรัฐออนไลน์** 20 กันยายน 2562 บทบรรณาธิการ

1. ศัพท์และวลี

โจโก วิโดโด	น.	佐科 ·维多多（印度尼西亚现任总统）
จาการ์ตา	น.	雅加达
เกาะชวา	น.	爪哇岛
กะลิมันตัน	น.	加里曼丹（岛）
เกาะบอร์เนียว	น.	婆罗洲（岛）
น้ำบาดาล	น.	地下水
รูเปียห์	น.	卢比（印度尼西亚货币）
รกราก	น.	根底；原籍，定居处
พล.อ.ประยุทธ์ จันทร์โอชา	น.	巴育·詹奥查上将（泰国现任总理）
ปาฐกถา	น.	演说词；演讲
กระจ๊อกกระแจ๊ก	ว.	微小，微弱
จอมพล ป.พิบูลสงคราม	น.	披汶·颂堪元帅（泰国前军事独裁者）
จ.เพชรบูรณ์	น.	碧差汶府
พล.อ.ชวลิต ยงใจยุทธ	น.	差瓦利·永猜育上将（泰国前总理）
จ.ฉะเชิงเทรา	น.	北柳府

ทักษิณ ชินวัตร	น.	他信·西那瓦（泰国前总理）
จ.นครนายก	น.	那空那育府
นายสมัคร สุนทรเวช	น.	乃沙玛·顺吞威（泰国前总理）
จ.นครปฐม	น.	佛统府

2. ความรู้ภูมิหลัง

外国历史上著名的迁都

330年，罗马帝国迁都拜占庭。

661年，阿拉伯帝国迁都大马士革；762年，阿拉伯帝国将首都迁到巴格达。

800年，法兰克王国迁都亚琛。

973—974年，绿衣大食（法蒂玛王朝）迁都开罗。

1051年，塞尔柱帝国迁都伊斯法罕。

1453年，奥斯曼土耳其帝国迁都伊斯坦布尔（原君士坦丁堡，即拜占庭）；1923年，迁都安卡拉。

1596年，波兰由克拉科夫迁都华沙。

1712年，俄罗斯帝国沙皇彼得一世迁都圣彼得堡；1918年，苏维埃俄罗斯政府迁都莫斯科。

1767年，暹罗（今泰国）由阿瑜陀耶迁都吞武里；1782年，迁都曼谷。

1796年，伊朗恺加王朝迁都德黑兰。

1800年，美国迁都华盛顿哥伦比亚特区。

1869年，日本迁都东京（江户）。

1960年，巴西由里约热内卢迁都巴西利亚。

1999年，统一后的德国由波恩迁都柏林。

2005年，缅甸由仰光迁都内比都。

3. ข้อสังเกต

① ย้ายเมืองหลวงจากจาการ์ตาบนเกาะชวาไปอยู่ในเขตกะลิมันตันตะวันออกบนเกาะบอร์เนียว：印度尼西亚众议院在 2022 年 1 月 18 日的全体会议上同意并批准将国家首都雅加达迁至东加里曼丹。建设新首都须耗资466万亿印度尼西亚卢比。政府希望2024年能够开始分阶段迁都。

② Deltares：荷兰三角洲研究院，是一所致力于水资源、地下水和水资源设施应用研究领域的独立研究机构，旨在为人类、环境以及全社会开发有效的解决方案和创新应用。该研究院主要关注三角洲、海岸和流域相关研究，并和政府、企业、其他国内外研究机构以及大学共同努力，保护上述人口稠密、生态脆弱的地区。该研究院现有职工800多人，院址分别设于荷兰代尔夫特和乌德勒支。

③ แก้มลิง：原意是"猴子的脸颊"，此处为借代，用猴子脸颊上满布的多道皱纹代指纵横交错的排洪渠，起到了简单形象的表达效果。

4. จงตอบข้อถามเกี่ยวกับบทความดังต่อไปนี้

1） เพราะเหตุไรประเทศอินโดนีเซียต้องย้ายเมืองหลวง

2） เมื่อเปรียบเทียบกับเมืองจาการ์ตาแล้ว สภาพของกรุงเทพฯ เป็นอย่างไรบ้าง

3） ตามที่คุณเห็น การทำแก้มลิงนั้นหมายความว่าอะไร

4） เพราะเหตุไรจึงพูดว่าแนวคิดการย้ายเมืองหลวงของไทยนั้นไม่ใช่เรื่องใหม่

5） ตามความเข้าใจของคน หัวข้อ***ปัดฝุ่นย้ายเมืองหลวง***หมายความว่าอะไร

7

คนไทยรักกัน

泰人友爱

ในทุกๆปีที่วัน***วาเลนไทน์***เวียนมาถึง ภาพของบรรยากาศการมอบสิ่งของแทนใจและแสดงออกถึงความรัก ไม่ว่าจะเป็นดอกกุหลาบ ***ช็อกโกแลต*** ของของขวัญ และรับประทานอาหารร่วมกันกับคนรัก เป็นภาพที่คุ้นเคย***เจนตา***

โดยเฉพาะภายในห้างสรรพสินค้าเป็นสถานที่แห่งหนึ่งที่คนรักมักนิยมไปเดิน-เล่นกัน เลือกรับประทานอาหารในร้านอาหาร และชมภาพยนตร์

กระนั้น ก่อนวันวาเลนไทน์ปีนี้ ดูเหมือนว่าบรรยากาศบ้านเราจะผ่านเหตุการณ์***สาหัสสากรรจ์***ทีเดียว โลกรอบกายมีความสะเทือนใจและยังขวัญ***ผวา***ไม่หาย

จากเหตุปล้นทองที่จ.ลพบุรี①ในเดือนมกราคมมาถึงเหตุปล้นปืนกราดยิงที่จ.นครราชสีมา② ล้วนเกิดขึ้นภายในห้างฯกลางเมือง จากสถานที่ท่องเที่ยวพักผ่อนหย่อนใจถูกเปลี่ยนไปเป็น***สมรภูมิ***เลือด ที่นอกจากความสูญเสียที่เกิดขึ้นกับชีวิตและทรัพย์สินแล้ว ผลกระทบทางด้านเศรษฐกิจ และการท่องเที่ยวที่จะเกิดขึ้นหลังจากนี้เป็นสิ่งที่ผู้ประกอบการทั้งรายใหญ่ จนถึงรายเล็กรายน้อยต้องรับมือ

ทว่าในวิกฤติที่เกิดขึ้น นอกจากผู้เกี่ยวข้องจะนำไปถอดบทเรียนเพื่อยกระดับมาตรการต่างๆ เพื่อรักษาความปลอดภัย ป้องกันไม่ให้เกิดเหตุร้ายซ้ำ หรือ สามารถลดความสูญเสียที่จะเกิดขึ้นในอนาคตแล้ว

เหตุรุนแรงที่เกิดต่างที่ ต่างถิ่นนี้ คนไทยทั้งประเทศต่างรู้สึกสูญเสียและสลด-ใจร่วมกัน โดยเฉพาะล่าสุด เหตุรุนแรงที่จ.นครราชสีมาได้เห็นพลังแห่งความรักของ

คนไทยที่ร่วมส่งกำลังใจ ร่วมบริจาคโลหิต และ ช่วยกระจายข่าวสารที่เป็นประโยชน์ เพื่อให้ปฏิบัติการสำเร็จ***ลุล่วง*** กระทั่งร่วม***สวดมนต์ภาวนา*** เรียกว่าใครช่วยเหลือทางใดได้ต่างไม่ลังเลที่จะช่วยเหลือ นอกจากสิทธิเบื้องต้นที่รัฐบาลจะ***เยียวยา***แล้ว ยังมีหลายองค์กรเชิญชวนประชาชนร่วมบริจาคเงินช่วยเหลือผู้ประสบเหตุกราดยิงใน จ.นครราชสีมา

เฉกเช่นกับในยามที่ประเทศไทยประสพภัยพิบัติ เหมือนเมื่อคราวน้ำท่วมใหญ่ปี2554③ และเหตุการณ์น้ำท่วมภาคอีสานเมื่อปี2562④ ที่ผ่านมา น้ำใจของคนไทยหลั่งไหลเข้าไปช่วยเหลือผู้ประสบอุทกภัยไม่ขาดสาย หรือแม้แต่ในเหตุการณ์วิกฤติถ้ำหลวงเมื่อปี 2561⑤ ยิ่งสะท้อนชัดถึงความเป็นน้ำหนึ่งใจเดียวกันที่ทุ่มเททั้งกำลังใจ กำลังกาย และกำลังทรัพย์

ที่สำคัญ ไม่ใช่เฉพาะคนในชาติ หากแต่เชื่อมโยงใยคนจากทั่วโลกร่วมส่งทั้งกำลังใจ อุปกรณ์และผู้เชี่ยวชาญมาร่วมปฏิบัติภารกิจ จนสำเร็จลุล่วง แม้จะต้องแลกกับความสูญเสียวีรบุรุษอย่าง "***จ่าแซม***" ⑥ ***นาวาตรี*** สมาน กุนัน⑦

กระนั้น จะเห็นได้ว่าในครั้งที่เกิดวิกฤติ คนไทยไม่เคยทิ้งกัน คนไทยมีความรัก ความปรารถนาดี และความสามัคคีกัน แต่น่าทำการศึกษาว่า เหตุใด ในยามสงบนั้น สังคมไทยมักจะมีปัญหาความขัดแย้งกัน จนมีคำกล่าวเชิงเสียดสีว่า "ยามสงบเรารบกันเอง"

มาถึงวันนี้ แม้เพิ่งผ่านเหตุการณ์ที่เปรียบเหมือนฝันร้าย แต่ใกล้วันแห่งความรักแล้ว อยากให้คนไทยส่งมอบความรัก ความปรารถนาดีต่อกัน ไม่เฉพาะในยามวิกฤติ เพื่อ***ทวง***คืนรอยยิ้มสยามที่งดงามกลับมาสู่ใบหน้าของคนไทยทุกคนอีกครั้ง

จาก**สยามรัฐออนไลน์** 13/02/2020 บทบรรณาธิการ

1. ศัพท์และวลี

วาเลนไทน์	น.	情人节（Valentine's Day）
ช็อกโกแลต	น.	巧克力（chocolate）
เจนตา	ว.	司空见惯
สาหัสสากรรจ์	ว.	非常剧烈，极其猛烈，十分严酷；非常，极其
ผวา	ก.	吃惊，惊慌，惊骇
สมรภูมิ	น.	战场，沙场，疆场
ลุล่วง	ก.	完成，完竣
สวดมนต์	ก.	念经，诵经
ภาวนา	ก.	［宗教］祈祷，祈求，祷告
เยียวยา	ก.	医治，治疗；药救，补救
นาวาตรี	น.	海军少校
ทวง	ก.	讨，讨取，讨还，催还，索取

2. ความรู้ภูมิหลัง

泰国水患频发的自然原因

泰国多年来水患频发，给经济、社会和人民生活带来了严重的影响。相关研究发现，泰国水灾频发主要有以下4点原因。

一、气候因素

泰国属热带季风气候，全年高温，降水集中于每年6—10月，约占全年的85%；有明显的雨季和旱季之分，夏季降水量大，多暴雨。

二、地形因素

泰国地势北高南低，整体呈现从西北向东南倾斜的趋势。北方主要是山地，南部主要是平原；北方的降雨汇集到河流，进入平原地区之后流速放缓，加上上游来水大量汇集，无法及时得到排泄。周围山地的颈束作用使得来自海洋的暖湿气流遇到山地爬升而形成迎风坡的大量降水，加大了雨势。此外，曼谷外喇叭口形的海湾开口也会对此产生影响。海水受风暴潮影响上溯，经过喇叭口海湾地形的作用，导致水位急速上升，高于入海口的水位，从而使得河水无法正常排出。

三、河流水系

泰国北部地区河流水系十分发达，依地形从西北向东南汇集，众多水系浩浩荡荡汇入主要河流，流经东南平原区，继而汇入大海。众多水系汇入主要干流和支流，“点滴之水汇成汪洋之势”，给下游的干流排泄带来了很大的压力。一旦上游水势太大，那么集中到下游，河流就容易泛滥，产生洪水。

四、全球气候变化的影响

近年来，全球气温普遍升高，造成泰国雨季暴雨多发，降水强度加大，海平面上升，导致曼谷河口部分地区海水倒灌，给河流的排泄增加了更大的压力，造成河流排泄不畅。

3. ข้อสังเกต

① **เหตุปล้นทองที่จ.ลพบุรี：** 当地时间2020年1月9日20时40分左右发生在泰国华富里府罗宾逊商城的持枪抢劫金店事件。歹徒持装有消声器的枪射击，造成包括一名2岁儿童在内的5人死亡，多人受伤，凶手在逃。案件发生后，泰国国家警察总署署长下令立即展开调查，尽快将案犯缉捕归案。

② **เหตุปล้นปืนกราดยิงที่จ.นครราชสีมา：** 当地时间2020年2月8日下午发生在泰国呵叻府的恶性枪击事件。泰国现役军人贾克攀·塔马（Jakrapanth Thomma）在军

营持枪射杀自己的长官和同事后驾驶悍马车逃出军营，沿路射杀平民后逃进Terminal 21百货公司商场，将16名人质困在商场的4楼，与警方形成对峙。警方多次试图击毙枪手未果。2月9日上午，泰国安全部队在商场内将枪手击毙。整起事件造成包括枪手和3名警察在内至少30人死亡和58人受伤。

③ น้ำท่วมใหญ่ปี 2554：2011年7月底在泰国南部地区因持续暴雨而引发洪灾，某些地区的降水量达120厘米。泰国76个府中有50个府受到洪水影响，受灾土地面积达16万公顷，400多人死亡，约200万人受洪水影响。泰国央行及政府估计水灾导致损失1000亿泰铢，占全国国内生产总值逾1%。泰国政府预估这次重建经费达33亿美元。

④ เหตุการณ์น้ำท่วมภาคอีสานเมื่อปี2562： 2019年8月29日热带风暴“杨柳”过境泰国带来强降雨，造成泰国东北部、北部的26个府出现洪水、山体滑坡、道路受阻等灾情。孔敬、呵叻和邬汶叻他尼府灾情严重，农作物田地、道路和民房均被大水淹没，损失惨重。

⑤ เหตุการณ์วิกฤติถ้ำหลวงเมื่อปี2561：2018年6月23日，泰国一支青少年足球队结束训练后进入泰国北部清莱府的一处洞穴，球员和教练集体失踪。7月2日晚10时30分左右，失联的足球队在溶洞内被发现，指挥救援部门当时预测可能至少需要4个月才能将他们救出溶洞。7月3日，泰国军方表示，将把足够这13个人吃4个月的食物送进洞里，并教他们潜水。7月10日，经多方努力，所有被困人员均获救。

⑥ จ่าแซม：好莱坞电影《猎鹰与冬日士兵》中的主角山姆·威尔逊。

⑦ นาวาตรี สมาน กุนัน：在营救失联泰国青少年足球队中牺牲的泰国海豹突击队队员沙曼·谷南海军少校。

4. จงตอบข้อถามเกี่ยวกับบทความดังต่อไปนี้

1） ในวันวาเลนไทน์ทุกๆปี ภาพที่คุ้นเคยเจนตาสำหรับคนทั่วไป คืออะไร

2） คนรักกันชอบไปที่ไหนในวันวาเลนไทน์ เพราะเหตุใด

3) ก่อนวันวาเลนไทน์ปีนี้ คนไทยทำไมต้องมีความสะเทือนใจและยังขวัญผวาไม่หาย

4) คนไทยทั้งประเทศมีการตอบสนองต่อเหตุการณ์ดังกล่าวอย่างไร

5) ตามผู้เขียนบทความ คนไทยมีการสะท้อนต่างกันอย่างไรทั้งใน ยามวิกฤติและยามสงบ

8

ไทยจะเป็นฐานการผลิตในอนาคตแทนจีน?

泰国未来会取代中国成为生产基地吗?

การแสวงหาโอกาสจากวิกฤติสงครามการค้า ระหว่างจีนกับสหรัฐอเมริกาที่ส่งผลกระทบไปทั่วโลก สำหรับประเทศไทยนั้น ที่ประชุมครม.เศรษฐกิจ① เมื่อวันที่4 กันยายน ได้เห็นชอบ***แพคเกจ***เร่งรัดการลงทุน และ รองรับการย้ายฐานการผลิตสืบ-เนื่องจากผลกระทบสงครามการค้าจีน-สหรัฐฯ ซึ่งประกอบด้วยมาตรการต่างๆหลายด้าน เช่น การ***ลดหย่อน***ภาษีเงินได้***นิติบุคคล***ที่เพิ่มขึ้นสำหรับโครงการที่มีเงินลงทุนจริงอย่างน้อย 1,000 ล้านบาท การแก้กฎระเบียบที่เป็นอุปสรรคต่อการลงทุนในอุตสาหกรรมเป้าหมาย การอนุญาตให้นักลงทุนนำค่าใช้จ่ายในการฝึกอบรมที่เข้าข่าย Advanced Technology ไปลดหย่อนภาษีเพิ่มได้ มากไปกว่านั้น ครม.เศรษฐกิจยังให้การ-***นิคมอุตสาหกรรม***แห่งประเทศไทย เตรียมจัดหาพื้นที่รองรับการลงทุนของนักลงทุนต่างชาติแต่ละประเทศโดยเฉพาะจีน เกาหลี ไต้หวัน

อย่างไรก็ตาม ก่อนหน้านี้ มีข้อมูลจากศูนย์วิจัยกสิกรไทย ระบุว่า สัดส่วนของ***เม็ดเงิน***การลงทุนที่ไทยคาดว่าจะได้รับในระลอกใหม่อาจอยู่ในระดับที่จำกัดเมื่อเทียบกับระลอกแรก อันเนื่องมาจากข้อได้เปรียบของฐานการลงทุนเดิมที่มีอยู่ โดยเฉพาะ***บรรษัท***สัญชาติญี่ปุ่นเริ่ม***ลดทอน***บทบาทลง โดยหากพิจารณาจากอุตสาหกรรมที่มีแนวโน้มย้ายหรือกระจายฐานการผลิตระลอกใหม่ อุตสาหกรรมที่ไทยคาดว่าจะได้รับอาจอยู่ในกลุ่มเครื่องใช้ไฟฟ้า อาทิ โทรทัศน์ ***จอ-มอนิเตอร์*** รวมถึงกลุ่มของเล่น (ยกเว้นการผลิต***เกมส์คอนโซล***)

ทั้งนี้หากพิจารณาจากอุตสาหกรรมที่มี***ศักยภาพ***ดึงดูดจากจีนอาจมีการผลิตบางส่วนไม่ได้ใช้เทคโนโลยีตรงตามอุตสาหกรรมเป้าหมาย 12 ประเภทที่ทางการไทยต้องการดึงดูดเพื่อยกระดับศักยภาพด้านการผลิตและการบริการในไทย ดังนั้นเพื่อเป็นการดึงดูดนักลงทุนต่างชาติที่แสดงเจตจำนงกระจายการผลิตมาไทยในช่วงนี้ ศูนย์วิจัยกสิกรไทยมองว่ามาตรการส่งเสริมการลงทุนของรัฐบาลควรมีรูปแบบ***เฉพาะ-เจาะจง***ที่ตอบสนองรูปแบบการกระจายการลงทุนของนักลงทุนต่างชาติ อันจะมีส่วนช่วยกระตุ้นเศรษฐกิจไทยที่เริ่มส่งสัญญาณชะลอตัวผ่านการกระตุ้นการจ้างงานและการส่งออก อาทิ

การให้สิทธิพิเศษทางภาษีใหม่ในกรณีที่อุตสาหกรรมนั้นไม่ตรงกับอุตสาหกรรมเป้าหมายเป็นกรณีพิเศษ รวมถึงการให้สิทธิพิเศษทางภาษีเพิ่มเติมในกรณีที่อุตสาหกรรมดังกล่าวตรงกับมาตรการส่งเสริมการลงทุนที่มีอยู่ในปัจจุบัน

การปรับปรุงสภาวะแวดล้อมการลงทุนให้เอื้อต่อการดึงดูดการลงทุน อาทิ การปฏิรูประบบราชการ หรือการมี Policy sandbox② สำหรับการลงทุนในการพัฒนาและ***รังสรรค์นวัตกรรม***รูปแบบใหม่ๆ ในประเทศ

การสนับสนุนผู้ประกอบการในประเทศที่มีศักยภาพในการรองรับการลงทุนในภาคการผลิตที่คาดว่าจะออกจากจีนเพิ่มเติม ในกรณีที่บรรษัทที่ย้ายฐานหรือกระจายการลงทุนเลือกที่จะใช้กลยุทธ์การทำสัญญาจ้างผลิต (Contract manufacturing) แทนการลงทุนใหม่

นอกจากนี้ ศูนย์วิจัยกสิกรไทยยังเสนอให้มีกระบวนการดำเนินงานเชิงรุกควบคู่กันไป เพื่อให้การดึงดูดการกระจายการลงทุนออกจากจีนมายังไทยได้ประสิทธิผล โดยอาจเลือกเข้าร่วมเจรจาแผนการย้ายฐาน หรือการกระจายการผลิตกับบริษัทแม่ที่มีอำนาจตัดสินใจโดยตรง เพื่อแสดงให้เห็นว่า ประเทศไทยมีความพร้อมและศักยภาพในการรองรับการลงทุนอย่างไร มี***ห่วงโซ่อุปทาน***ในระดับไหนที่สามารถตอบสนองความต้องการสายการผลิตผลิตภัณฑ์นั้นๆ อันอาจมีส่วนช่วย ให้การตัดสิน-

ใจใช้ไทยเป็นฐานการผลิตในอนาคตแทนจีนเป็นไปได้อย่างเป็นรูปธรรมมากที่สุด

อย่างไรก็ตาม แพคเกจเร่งรัดการลงทุนและรองรับการย้ายฐานการผลิตสืบเนื่องจากการผลกระทบสงครามการค้าจีน-สหรัฐฯ ที่ ผ่านครม.เศรษฐกิจนั้น จะนำเข้าสู่ที่ประชุมครม.ในวันอังคารที่ 10 กันยายน 2562 เชื่อว่าจะพิจารณาข้อเสนอแนะจากภาคส่วนต่างด้วยเพื่อ***ประคับประคอง***ประเทศไทย ***ฝ่ากับดัก***วิกฤติเศรษฐกิจ

จาก**สยามรัฐออนไลน์** 10 กันยายน 2562 บทบรรณาธิการ

1. ศัพท์และวลี

แพคเกจ	น.	包，袋；一套建议，一揽子交易（package）
ลดหย่อน	ก.	通融，放宽；减轻，减低
นิติบุคคล	น.	［法律］法人
นิคมอุตสาหกรรม	น.	产业园，工业园
เม็ดเงิน	น.	款额，资金数额
บรรษัท	น.	［书］演变自 บริษัท
ลดทอน	ก.	降低，缩小，压缩
จอ	น.	银幕
มอนิเตอร์	น.	屏幕，电脑显示器（moniter）
เกมส์คอนโซล	น.	康塞尔游戏（games consel）
ศักยภาพ	น.	实力，能力
เฉพาะเจาะจง	ว.	特定，专门，针对

รังสรรค์	ก.	建造，创造
นวัตกรรม	น.	创新，革新
ห่วงโซ่อุปทาน	ว.	供应链
ประคับประคอง	ก.	扶植，扶持；抚育，抚养
ฝ่ากับดัก	ก.	规避陷阱，规避风险

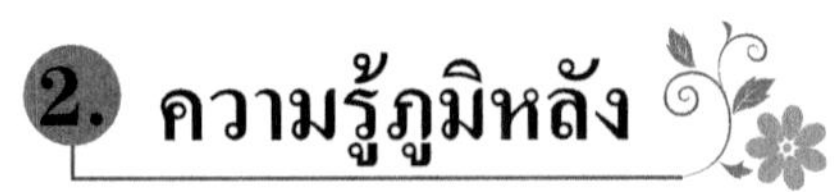

2. ความรู้ภูมิหลัง

什么是泰国4.0战略

泰国1.0即农业模式。这是泰国早期最基本的经济发展形态。

泰国2.0即轻工业模式。在农业的基础之上，人民开始投入生产，产生工具，并提高了生产效率。

泰国3.0即先进工业模式，也叫重工业模式，开始利用国外先进的技术和工具，为出口而生产汽车、水泥、钢铁等。

从泰国3.0开始，泰国正式步入经济稳步增长阶段，国内生产总值每年以3%—4%的水平持续增长，正式进入中等收入水平国家行列。

2016年，泰国政府提出泰国4.0战略，旨在通过创新和技术手段发展高附加值产业，促进泰国产业转型升级和新经济模式发展，增强国家竞争力。该战略是泰国为走出“中等收入陷阱”、步入发达国家行列而提出的经济社会发展计划。

泰国4.0战略有以下4个目标。

第一，创造泰国经济的繁荣，激发创新技术模式。在5年内将经济增长率提高到5%—6%。到2032年，人均国民收入从2014年的5470美元增加到15000美元。

第二，创造更多社会福利，实现所有泰国国民的发展潜力，不让任何一个人落后；目标是将社会差距（此处的“社会差距”即基尼系数。基尼系数最大为1，最小等于0。前者表示居民之间的收入分配绝对不平均，即100%的收入被一个单位的

人全部占有；后者则表示居民之间的收入分配绝对平均，即人与人之间收入完全平等，没有任何差异。这两种情况只是理论上的绝对化形式，在实际生活中一般不会出现。因此，基尼系数的实际数值只能介于0—1。）从2013年的0.465减少到2032年的0.36。在20年内完全转变为社会福利制度，并在5年内将至少2万户家庭发展为“智能农民”。

第三，提升国民价值，将泰国人变成“21世纪有能力的人”和“第一世界的泰国人”。泰国4.0战略的措施将泰国人类发展指数（Human Development Index，简称HDI，是由联合国开发计划署在《1990年人文发展报告》中提出的用以衡量联合国各成员国经济社会发展水平的指标，是对传统的GNP指标挑战的结果。）从0.722提高到0.8或在10年内排名升至世界前50，确保至少5所泰国大学在20年内跻身世界百强高等教育机构之列。

第四，环境保护，成为一个拥有能够适应气候变化和低碳社会经济体系的宜居社会，目标是将至少10个泰国城市发展成为世界上最适宜居住的城市。

投资将在泰国4.0战略中起到重要作用。国家投资政策将向“核心技术、人才、基础设施、企业和目标产业”五大领域倾斜。泰国未来将发展十大目标产业：5个为加持新技术的泰国已有优势产业——现代汽车制造业、智能电子产业、高端旅游及保健旅游业、农业和生物技术、食品加工业；5个为提供投资新机会的未来产业——机器人制造业、航空业、生物燃料和生物化学、数字经济、全方位医疗产业。

为了吸引更多的国外投资，泰国政府还公布了最新的优惠政策。符合条件的生物技术、纳米技术和数字信息技术等高科技企业到泰国投资，按照其科技含量划分层级；可以享有的企业所得税最高减免优惠期从8年延长至13年，到期后还可继续享有最长10年仅缴纳50%企业所得税的优惠。部分符合要求、有利于增强泰国经济竞争力的项目还可以申请“100亿泰铢研发基金”的支持，并享有最高15年的企业所得税减免优惠。此外，外企还可享有土地所有权等非税务优惠。

3. ข้อสังเกต

① ประชุมครม.เศรษฐกิจ：内阁经济会议。ครม.是 คณะรัฐมนตรี（内阁）的缩写。

② Policy sandbox：sandbox 原意为“沙箱”，为计算机专业术语，在计算机安全领域中是一种安全机制，为运行中的程序提供隔离环境，通常是为一些来源不可信、具破坏力或无法判定程序意图的程序提供实验之用。此处的Policy sandbox 可理解为“政策保障”或“政策支持”。

4. จงตอบข้อถามเกี่ยวกับบทความดังต่อไปนี้

1）ประเทศไทยจะแสวงหาโอกาสอย่างไรจากวิกฤติสงครามการค้าระหว่างจีนกับสหรัฐอเมริกา

2）อุตสาหกรรมที่มีแนวโน้มย้ายหรือกระจายฐานการผลิตจากจีนระลอกใหม่จากสงครามการค้าระหว่างจีนกับสหรัฐอเมริกาอาจจะคือประเภทไหนบ้าง

3）เพราะเหตุไรรัฐบาลไทยต้องมีมาตรการรูปแบบเฉพาะเจาะจง ในการส่งเสริมการลงทุนเพื่อตอบสนองการกระจายการลงทุน ของนักลงทุนต่างชาติ

4）กระบวนการดำเนินงานเชิงรุกควบคู่กันไปเพื่อให้การดึงดูด การกระจายการลงทุนออกจากจีนมายังไทยอย่างได้ประสิทธิผลนั้นมีอะไรบ้าง

5）ตามความเห็นของคุณ ไทยจะเป็นฐานการผลิตในอนาคตแทนจีนได้ไหม กรุณาเสนอเหตุผล

9

เอไอกับคะแนนความดี

人工智能与诚信

มีความพยายามในการพัฒนา***ปัญญาประดิษฐ์*** หรือ เอไอเข้ามาเป็นผู้ช่วยในด้านต่างๆ ทั้งดูแลความมั่นคง ความปลอดภัย วินัยจราจรและการดำเนินชีวิตประจำวัน

แต่ปัจจุบัน มีการนำเอไอเข้ามาช่วยในการ***กำกับ***พฤติกรรมของพลเมืองให้เคารพกฎหมายแล้ว อย่างที่เป็นข่าวจากสำนักข่าวต่าง-ประเทศว่า ในประเทศจีน ได้นำระบบ Social Credit หรือ คะแนนความดีมาใช้ โดยเป็นระบบการตัดคะแนนพฤติกรรม**ของประชาชนที่ไม่เคารพกฎหมายโดยมีบทลงโทษคือ ผู้ที่ฝ่ากฎหมายเหล่านั้นจะไม่**สามารถซื้อตั๋วเครื่องบินหรือ***รถไฟความเร็วสูง***ได้

โดยเริ่มใช้มาตั้งแต่ปี2014 ทำการหักคะแนนจากผู้ที่ฝ่าฝืนกฎหมาย ไม่ว่าจะเป็นการสูบบุหรี่ในที่ต้องห้าม กระทั่งการพาสุนัขไปเดินเล่นนอกบ้านโดยไม่มีสายจูงเป็นต้น

ที่สำคัญมีการใช้เทคโนโลนี***ระบบจดจำใบหน้า***ของประชากร เพื่อสอดส่องและควบคุมพฤติกรรมด้วย โดยเมื่อปีที่ผ่านมา มีชาวจีนกว่า 17.5 ล้านคนถูกตัดสิทธิไม่ให้ซื้อตั๋วเครื่องบิน และอีก 5.5 ล้านคนไม่สามารถซื้อตั๋วรถไฟได้ เนื่องจากคะแนนความดีไม่เพียงพอ

National Public Credit Information Center① ยังเปิดเผยรายชื่อคนที่อยู่ใน***บัญชีดำ***กว่า169รายชื่อผ่านทาง***เว็บไซต์*** Credit China ซึ่งคนที่ถูกขึ้นบัญชีดำจะไม่มีสิทธิ์ในการ-ซื้อตั๋วเครื่องบินหรือรถไฟได้เลยเป็นเวลานาน 1 ปีเต็ม

อย่างไรก็ตามระบบดังกล่าวมีข้อดีในการช่วยดูแลและตรวจสอบปัญหาต่างๆ ได้มากกว่าเดิม ซึ่ง ในประเทศจีนมีความเด็ดขาดในการใช้กฎหมายและสามารถไปได้ดีกับระบบนี้

แต่สำหรับประเทศอื่นๆ ประชาชนอาจมีความกังวลเรื่องของการเข้าถึงข้อมูลส่วนตัว และการ***ลิดรอน***สิทธิเสรีภาพต่างๆ โดยเฉพาะระบบจดจำใบหน้า

สำหรับประเทศไทย หากจะพัฒนาระบบดังกล่าวนำมาใช้คงต้องชั่งน้ำหนักให้ดีระหว่างผลได้ผลเสียที่จะเกิดขึ้น และคงมีข้อถกเถียงกันอ่างกว้างขวาง ด้วยอาจเป็นช่องทางให้ผู้มีอำนาจใช้ประโยชน์ในทางการเมืองในการ***กำจัด***คู่แข่งหรือสร้างความ-ได้เปรียบต่างๆ

กระนั้น ในหลายครั้งที่เราเกิดเหตุการณ์สะเทือนขวัญจากการไม่ปฏิบัติตามกฎหมาย เช่น ล่าสุดที่กลุ่มวัยรุ่นฝ่าฝืนดื่มสุราในวัด และเป็นเหตุให้เกิดการทำร้ายร่างกายครูและนักเรียนโรงเรียนมัธยมวัดสิงห์② การใช้ปัญญาประดิษฐ์อาจเข้ามาเป็นตัวช่วยได้

แต่ที่สำคัญคือ การบังคับใช้กฎหมายอย่างเด็ดขาด และมีประสิทธิภาพ ไม่ให้เกิดเหตุการณ์เหมือนบ้านป่าเมืองเถื่อนอย่างกรณีที่เกิดขึ้น

จาก**สยามรัฐออนไลน์** 1 มีนาคม 2562 บทบรรณาธิการ

1. ศัพท์และวลี

ปัญญาประดิษฐ์	น.	人工智能
กำกับ	ก.	管理；监督，指导
รถไฟความเร็วสูง	น.	高铁（列车）

ระบบจดจำใบหน้า	น.	人脸识别系统
บัญชีดำ	น.	黑名单
เว็บไซต์	น.	网站（website）
ลิดรอน	ก.	削弱，削减
กำจัด	ก.	消灭，消除，铲除，根除；处理

2. ความรู้ภูมิหลัง

社会诚信体系

社会诚信体系是一种以社会诚信制度为核心的维护经济活动、社会生活正常秩序和促进诚信的社会机制，是一项政府推动下全社会参与的社会系统工程。市场经济的发展是以信用关系的日益透明和不断扩大为基础的，没有诚信就没有良好的社会经济秩序。诚信是现代市场经济的基石，是政府取信于民的基础，是企业发展的生命，是个人安身立命的根本。

现代社会诚信体系是包括现代诚信文化、有效的产权制度、民主政体、健全的法制及社会信用服务组织等在内的一个广泛的社会系统。其中，诚信观念和文化是基础，产权制度是核心，民主政体和法制是保障，信用服务组织是工具。现代社会诚信体系正是以上各子系统有机配置、互相支持的完整的社会规范体系。现代社会诚信体系建设，实际上就是通过把与诚信建设有关的社会文化、制度、工具等资源有机地整合起来．并通过教育、鼓励和惩罚等多种手段，引导和规范社会成员的价值取向，使他们自觉地选择诚信，共同促进社会诚信水平的提高，从而维护正常的社会秩序，保障经济的繁荣和发展．并最终实现人们生活的和谐与幸福。

3. ข้อสังเกต

① National Public Credit Information Center：国家公共信用信息中心。其主要职责：负责公共信用信息归集共享公开和跨地区跨部门守信联合激励与失信联合惩戒信息共享工作；推动公共信用信息依法向社会机构开放，为有关部门和社会提供信用信息服务；制定公共信用信息归集、共享、公开与服务标准规范，指导各地区、各部门信用信息共享平台与归集系统建设和应用服务；开展社会信用体系建设重大问题研究，承办社会信用体系建设部际联席会议和发展改革委交办的其他事项。

② เหตุให้เกิดการทำร้ายร่างกายครูและนักเรียนโรงเรียนมัธยมวัดสิงห์：当地时间2019年2月24日14时30分发生在曼谷詹通区一所中学内的暴力伤害事件。当时有大群青少年参加位于该所中学旁边一寺院的剃度仪式，不少人违反寺院不许喝酒的规定且醉酒后大声喧哗，干扰到正在学校内考试的学生。校方管理人员要求他们不要喧哗，招致他们不满，进而打伤教师和学生。肇事青少年共22人（其中4人未满18岁），被打学生和教师共15人，还有两人财物受损。上诉法庭最终判决该团伙犯聚众恶意伤害罪，每人入狱服刑两年。

4. จงตอบข้อถามเกี่ยวกับบทความดังต่อไปนี้

1） ปัจจุบัน ปัญญาประดิษฐ์นอกจากมีความช่วยในด้านทั้งดูแลความมั่นคง ความปลอดภัย วินัยจราจร และ การดำเนินชีวิต ประจำวันแล้ว ยังมีความช่วยในด้านใด

2） ในประเทศจีน เขานำระบบคะแนนความดีมาใช้อย่างไร

3） เพราะเหตุไรระบบคะแนนความดีในประเทศจีนไปได้ดี แต่ ในประเทศอื่นๆ กลับเป็นไปไม่ได้

4) สำหรับประเทศไทย หากจะพัฒนาระบบคะแนนความดีนำมาใช้ คงต้องชั่งน้ำ-หนักให้ดีระหว่างผลได้ผลเสียที่จะเกิดขึ้น คำว่า***ชั่งน้ำหนัก***หมายความว่าอะไร

5) ตามความเข้าใจของคุณ ผู้เขียนบทความเห็นด้วยกับการนำระบบคะแนนความดีมาใช้ในประเทศไทยไหม เห็นได้อย่างไร

10

อนาคตของชาติ

国家的未来

นายชวน หลีกภัย① ประธานสภาผู้แทนราษฎร กล่าวในการเป็นประธานเปิด ***นิทรรศการ*** "ระบบ isee 2.0: Edtech เพื่อพัฒนานโยบายสร้างความเสมอภาคทางการศึกษา"② ตอนหนึ่งระบุว่า การแก้ปัญหาความ***เหลื่อมล้ำ***ทางการศึกษา โดยเฉพาะในวิกฤติการระบาดของโรคโควิด-19 ที่ส่งผลกระทบด้านเศรษฐกิจและสังคมอย่างรุนแรง โดยเฉพาะกับครอบครัวของเด็ก และเยาวชนที่ยากจน***ด้อยโอกาสกว่า*** 1,800,000 คน กองทุนเพื่อความเสมอภาคทางการศึกษาหรือ กสศ.③ รายงานว่า ในจำนวนนี้มีนักเรียนยากจนพิเศษมากกว่าหนึ่งล้านคน ซึ่งเป็นตัวเลขเพิ่มขึ้นจากปีการศึกษา 2562 ถึง 300,000 คน เนื่องจากผลกระทบจากโควิด-19 ทำให้รายได้ครัวเรือนลดลงอย่างมาก ทำให้เด็กๆ เหล่านี้เป็นกลุ่มที่มีความเสี่ยงจะหลุดออกนอกระบบการศึกษา

สอดคล้องกับข้อมูลของสถาบันอนาคตไทยศึกษา ที่ระบุว่า หลายประเทศทั่วโลกได้ดำเนินมาตรการป้องกันเชื้อโควิด โดยการปิดเมือง ปิดประเทศ เว้น***ระยะทางสังคม*** จึงส่งผลให้กิจกรรมทางเศรษฐกิจหยุดชะงักไป ด้วยกลุ่มคนที่อยู่ในภาคเศรษฐกิจแบบไม่เป็นทางการ (informal sector) จ้างงานแบบชั่วคราว และไม่มีระบบประกันทางสังคม จึงได้รับผลกระทบอย่างสูง ส่งผลต่อเนื่องต่อลูกๆ ที่ยังเป็นเด็กที่อยู่ในครอบครัวอย่างหลีกเลี่ยงไม่ได้

เด็กที่อยู่ในครอบครัวที่มีฐานะยากจน จึงได้รับผลกระทบอย่างรุนแรงมากโดยคาดการณ์ว่าจะมีเด็กทั่วโลกประมาณ 4 ~ 66 ล้านคนต้องตกลงไปในชั้น***ความยากจน***

สุดขั้ว (extreme poverty) อันเป็นผลจากวิกฤติในปีนี้ จากเดิมที่มีเด็กยากจนในชั้นความยากจนสุดขั้วอยู่แล้ว 386 ล้านคนในปี 2019

ผลกระทบของมาตรการหยุดการแพร่เชื้อ ที่ ทำให้ทั่วโลกมีมาตรการการปิดการเรียนการสอนที่โรงเรียนรวม 188 ประเทศทั่วโลกรวมถึงประเทศไทย ส่งผลกระทบต่อเด็ก 1,500 ล้านคนทั่วโลก ซึ่งทำให้กระบวนการเรียนรู้และสะสม***ทุนมนุษย์***ของเด็กในรุ่นนี้ ได้รับผลกระทบ

โดยหลายประเทศได้มีการให้มีการเล่าเรียนชดเชยผ่าน***ระบบดิจิทัลออนไลน์*** แต่ก็ทำให้เด็กที่อยู่ในครอบครัวที่ยากจนจำนวนมากถึง1ใน3ของเด็กทั่วโลกต้อง**ตกหล่นจากการศึกษาออกไป ไม่สามารถเรียนรู้ออนไลน์นี้ได้เพราะครอบครัวมีฐานะ**ที่ขาดความพร้อม ขาดอุปกรณ์ที่จำเป็นต้องการเรียนทางไกลผ่านระบบออนไลน์ ขาดการเข้าถึง***สัญญาณ***อินเตอร์เน็ต ที่ มีราคาค่าใช้จ่ายสูงกว่าฐานะของครอบครัวจะจ่ายได้และผู้ปกครองก็ขาดความรู้ขาดทักษะที่จำเป็น ทำให้ไม่สามารถช่วยสนับสนุนการเรียนรู้สอนการบ้าน หรือ การสร้างพื้นที่สำหรับการเรียนรู้ที่ดีพอจากที่บ้านได้

ข้อมูลของสถาบันอนาคตไทยศึกษายังระบุด้วยว่า การหยุดการเรียนการสอนไปจากการปิดโรงเรียน ก็ส่งผลให้เด็กประมาณ 368.5ล้านคนทั่วโลกที่พึ่งพาอาหารกลางวันจากโรงเรียนขาดการเข้าถึง อาหารที่มี***สารอาหาร***ครบถ้วนซึ่งจะส่งผลเสียต่อสุขภาพกาย สุขภาพจิตและพัฒนาการของเด็กต่อไปในอนาคต

จะเห็นได้ว่า คุณภาพชีวิตของเด็กไทยและทั่วโลก อยู่ในสถานการณ์ที่น่าเป็น**ห่วง เป็นปัญหาที่ท้าทายต่อนโยบายภาครัฐของแต่ละประเทศ ในการที่จะเข้าไปฟื้นฟู**และเยียวยา การตรวจสอบค้นหาในเชิงรุก ทุ่มเทงบประมาณลงไปเพื่อ***โอบอุ้ม***ยกระดับให้เด็กเหล่านั้น มีคุณภาพชีวิต สุขภาพกาย และสุขภาพจิตที่ดีขึ้น

เพราะพวกเขาเหล่านั้น คืออนาคตของชาติ

จาก**สยามรัฐออนไลน์** 07/09/2020 บทบรรณาธิการ

1. ศัพท์และวลี

นิทรรศการ	น.	展览，展览会
เหลื่อมล้ำ	ว.	悬殊
ระยะทางสังคม	น.	社交距离
ด้อยโอกาสกว่า	ว.	弱势（群体）
ยากจนสุดขั้ว	ว.	极度贫困
ทุนมนุษย์	น.	人力资本
ระบบดิจิทัลออนไลน์	น.	网络数字系统
สัญญาณ	น.	信号；警报
สารอาหาร	น.	食物营养
โอบอุ้ม	ก.	扶助，抚养，抚育，扶持

2. ความรู้ภูมิหลัง

教育公平的多重含义

从教育实践主体来看，教育公平可分为学生公平与教师公平。学生公平是指对待和评价学生公平与否的问题；而教师公平则是指对待和评价教师公平与否的问题。

从教育活动过程来看，教育公平可分为教育起点公平、过程公平和结果公平。起点上的公平是指每个人不受性别、种族、出身、经济地位、居住环境等条件的影响，均有开始其学习生涯的机会。过程公平是指教育在主客观两个方面以平等为基

础的方式对待每一个人。结果公平即教育质量平等。

从教育公平的结果是根据一定的公平原则进行操作而产生的这一角度来看，教育公平可分为原则的公平、操作的公平和结果的公平。原则的公平是结果公平的前提条件，操作的公平需要把操作的步骤合理化，固定下来，形成公平的程序，还需要各种形式的监督机制、监督机构及配套的技术手段，进而保障结果的公平。

从是否认为教育实践的主体（教育者和受教育者）存在差异这一角度来看，教育公平可分为同质的教育公平和差异的教育公平。同质的教育公平是指忽略人与人之间的差异，用统一的教育公平原则指导实际的教育活动。而差异的教育公平认为每个人都是各不相同的。

从实存与观念的角度来看，以上所谈的都是实存公平。

除此之外，教育公平还有一种观念层次的公平。它是对实存公平的一种主观反映，是对实存公平的一种价值判断，主要表现为一种教育公平感，即对公平问题进行评价时所产生的一种心理感受。

3. ข้อสังเกต

① นายชวน หลีกภัย：川·立派（Chuan Leekphai），泰国政治家，泰国民主党人，祖籍中国福建，曾先后两次出任泰国总理（1992—1995，1997—2001）。2019年5月任泰国国会主席兼下议院议长。

② นิทรรศการ “ระบบ isee 2.0：Edtech เพื่อพัฒนานโยบายสร้างความเสมอภาคทางการศึกษา”：isee是Independent School Entrance Exam的首字母缩写，即为独立学校入学考试，是美国一些独立的非营利机构主办的两种全国性的私立中学入学考试，由美国、加拿大等国私立学校自行选用。此处可理解为“isee 2.0：Edtech 系统 创造公平教育”展览会。

③ กองทุนเพื่อความเสมอภาคทางการศึกษาหรือ กสศ.：教育公平基金。

4. จงตอบข้อถามเกี่ยวกับบทความดังต่อไปนี้

1) ตามข้อมูลของกองทุนเพื่อความเสมอภาคทางการศึกษา ปีการศึกษา 2020 นักเรียนยากจนพิเศษในประเทศไทยมีเท่าไร และมากกว่าปีการศึกษา2019 ขนาดไหน
2) เพราะเหตุไรการดำเนินมาตรการป้องกันเชื้อโควิดจึงทำให้เด็ก ในครอบครัวยากจนได้รับผลกระทบอย่างสูง
3) มาตรการหยุดการแพร่เชื้อส่งผลกระทบที่ร้ายแรงที่สุดต่อเด็กรุ่นนี้คืออะไร
4) ทำไมหลายประเทศได้ให้มีการเล่าเรียนชดเชยผ่านระบบดิจิทัลออนไลน์ กลับทำให้เด็กที่อยู่ในครอบครัวที่ยากจนจำนวนมากต้องตกหล่นจากการศึกษาออกไป
5) ไหนๆ เด็กๆ เป็นอนาคตของชาติ รัฐบาลของแต่ละประเทศสามารถทำอะไรได้สำหรับพวกเขา

5. สิ่งละอันพันละน้อยด้านภาษา

报刊泰语特色

在当今信息时代，阅读泰国报刊与互联网和泰语广播电视一样，是泰语专业师生和从事泰国研究人士获得泰国信息的主要渠道之一。泰国报刊题材广泛, 涉及泰国政治、经济、军事、法律、宗教、文艺、科技、风俗等各个方面。然而，要真正读懂泰国报刊并非易事，因为报刊泰语不同于规范泰语，有其独特的风格和修辞特点，概括起来也就是大众性、简洁性、趣味性和时新性。

为了达到上述效果，报刊泰语常常使用各种修辞手段，诸如压韵、比喻、对仗、双关语、典故、缩写词和减缩词、口语、俚语、借词、非规范用语、绰号，等等，在丰富了语言表述方式的同时，也给读者的阅读带来了一定困难。编者认

为，在上述各种修辞手段中，最常见且对于学生来说也是最棘手的，要数借词、借代和缩略词。为了帮助读者克服这些困难，本书把报刊泰语的**借词**、**借代**和**缩略词**这三大特点以及**标题特色**分成4个部分，结合每篇课文，逐一进行介绍。希望会对学生阅读泰国报刊有所帮助。

第二单元

财经、金融

11

จาก G5 มา G7-8-20

从G5到G7–8–20

การประชุมสุดยอดชาติ 20 ประเทศที่***พิตต์สเบิร์ก***สุดสัปดาห์ต้นเดือนนี้ให้อะไรใหม่หรือ***ซ้ำย่ำอยู่กับที่***?

นักวิจารณ์โลกตะวันตกบอกว่า การประชุมครั้งที่ผ่านๆมา มีแต่เรื่องเก่าเอามาเล่าใหม่ ยิ่งประชุมถี่ขึ้นเท่าใด เรื่องใหม่ๆยิ่งกลายเป็นเรื่องเก่าๆ

ครั้งที่แล้วพูดกันเรื่องมาตรฐานเงินตราสำรองต่างประเทศในกองทุนการเงินระหว่างประเทศ(ไอเอ็มเอฟ)และธนาคารโลก ว่าจะต้องเปลี่ยนจากดอลลาร์สหรัฐฯเป็น***เงินสกุล***อื่น

พูดกันไม่ทันขาดคำ ยังไม่มีเวลาให้ผู้ว่าฯธนาคารกลางและรัฐมนตรีคลังประเทศใดไป***ไตร่ตรอง***หาคำตอบกัน เพราะเพิ่งพ้นไปไม่ถึงครึ่งเดือน เมื่อไม่กี่วันนี้ประชุมกันใหม่อีกแล้ว

ครั้งนี้พิตต์สเบิร์กเป็นเจ้าภาพ จะมีการพูดกันถึงเรื่องภาวะโลกร้อน และการแก้ไขปัญหามลภาวะในบรรยากาศโลกด้วย

เรื่องสกุลเงินมาตรฐาน***สำรอง***เงินตราใหม่ก็คงจะหยิบยกกันมาพูดซ้ำอีก ทั้งๆที่จีนซึ่งชาติสมาชิกที่เหลืออีก 19 ประเทศต่างก็เห็นพ้องต้องกันว่า น่าจะนำเงินหยวนมาเป็นมาตรฐานสำรองเงินตราอีกสกุลหนึ่งยังทำการบ้านไม่เสร็จ

การประชุมครั้งนี้ บรรดาสื่อมวลชนสหรัฐฯจึงวิจารณ์และ***แซว***เอาว่า

“มีการจับมือแล้วถ่ายรูปแล้วกลับบ้านกันเหมือนเดิมไหม?”

ไม่ต่างไปจากการประชุมอาเซียน***ซัมมิต***ในประเทศไทย ที่นักข่าวสิงคโปร์วิจารณ์ว่า เป็น "เวทีคุยกัน จับมือกันแล้วถ่ายภาพร่วมกัน"และ

"เรื่องเดิม ปัญหาเดิม ประเด็นเดิม"

ทุกคนพูดตรงกันว่า กลุ่ม G20 เป็นกลุ่มประเทศที่ทรงพลังทางเศรษฐกิจที่สุด เพราะครอบครองกิจกรรมทางเศรษฐกิจของโลกไว้ถึง80%

ประเทศเหล่านี้ จึงควรเป็นพี่ใหญ่ของโลก คอยดูแลประคับประคองชาติกำลังพัฒนาอีกเกือบ 200 ชาติทั่วโลก

นอกจากนี้ ยังต้องทำหน้าที่จัดระบบการเงินโลกใหม่หลังวิกฤตการณ์เศรษฐกิจครั้งร้ายแรงที่สุดในรอบ 2 ศตวรรษ โดยถือเป็นกรอบใหม่ประจำศตวรรษที่ 21

การจัดระเบียบโลกใหม่เคยเกิดขึ้นมาแล้วเมื่อปี 1973 เมื่อเกิดวิกฤตการณ์น้ำมันครั้งรุนแรงที่สุดในประวัติศาสตร์เศรษฐกิจโลก

สหรัฐฯเป็น***ตัวตั้งตัวตี***รวบรวมสมัครพรรคพวกชาติมหาอำนาจเศรษฐกิจ 5 ชาติที่ปกครองในระบอบประชาธิปไตยมาร่วมถกกันเรื่องระเบียบโลกใหม่

ชาติทั้งห้าได้แก่สหรัฐฯ อังกฤษ ฝรั่งเศส เยอรมันตะวันตก และญี่ปุ่น

ต่อมาฝรั่งเศสเห็นว่ายังน้อยไป จึงขอให้ชวนอิตาลีมาร่วมวงด้วย ข้างสหรัฐฯก็เชิญแคนาดาเข้ามาอีกชาติหนึ่ง

การจัดระเบียบโลกทางด้านเศรษฐกิจเมื่อ 37 ปีได้ผลดีเยี่ยม เพราะชาติเหล่านั้น ล้วนมีศักยภาพทางเศรษฐกิจแข็งแกร่งเหนือชาติอื่นๆหลายเท่าตัว

จนถึงปี 1997 รัสเซียเริ่มมีบทบาทในเศรษฐกิจโลกมากขึ้น หลังจากเปลี่ยนสภาพจากคอมมิวนิสต์มาเป็นทุนนิยมจึงได้รับการเชื้อเชิญเข้ามาเป็นสมาชิก

จาก 5 วิวัฒนาการขึ้นมาเป็น 7 และ 8 จนถึงวันนี้กระโดด***พรวด***เป็น 20 โดยฝรั่งเศสเป็นตัวตั้งตัวตีเป็นเจ้าภาพจัดประชุมขึ้นในปี1999

แต่บทบาทของ G20 ยังมีไม่มากนัก เพราะG8① ยังคงทำหน้าที่อยู่ในสภาของ

กลุ่มอยู่

จนเมื่อเกิดวิกฤตการณ์แฮมเบอร์เกอร์ขึ้น สถานภาพความเป็นผู้นำของสหรัฐฯ เริ่ม***ง่อนแง่น*** สหภาพยุโรปก็มีอาการไม่ต่างกัน ขณะที่ซีกโลกตะวันออก จีนกับอินเดีย กลายเป็นดาวเด่น

โดยเฉพาะจีนนั้น เศรษฐกิจขยายตัวถึง 8% ขณะที่สหรัฐฯ ญี่ปุ่นและหลายประเทศในอียู② ติดลบกันเป็นแถว

ด้วยเหตุนี้ G8 จึงได้ปรับเปลี่ยนบทบาทใหม่ จากหัวเรือใหญ่กลายเป็นผู้ตาม ยอมให้มหาอำนาจทางเศรษฐกิจใหม่ของโลกเข้ามามีบทบาทแทนตัวโดยมอบ “สภา” G8 ให้ดูแล

ในการนี้ รัฐมนตรีช่วยว่าการกระทรวงการต่างประเทศจีน นายฮี ย่าเฟย ถึงกับกล่าวว่า การลดบทบาทผู้นำของชาติ G8 ครั้งนี้ เกิดจากการขาดความเป็นตัวแทนของประชาคมเศรษฐกิจโลกอันกว้างขวาง

ขณะเดียวกันมีการวิเคราะห์กันว่า การที่กลุ่มชาติตะวันตกสามารถเป็นแกนนำเศรษฐกิจโลกได้นั้น เหตุจากชาติเหล่านั้นเป็นเจ้า***อาณานิคม***ในศตวรรษที่ 20 มาก่อน

โดยเฉพาะอย่าง***เครือจักรภพ***อังกฤษที่มีอยู่ทั่วโลก ซึ่งอินเดียออสเตรเลีย นิวซีแลนด์ ซาอุดีอาระเบีย สิงคโปร์ฯลฯ ตอนนี้ยกฐานะขึ้นมาเป็นสมาชิกที่มีระดับทัดเทียมกันกับนายเก่าแล้ว

การประชุม G20 นอกจากพูดถึงเรื่องเศรษฐกิจแล้ว ยังพูดถึงเรื่องบรรยากาศโลกเกิดมลภาวะจากการเพิ่มกำลังการผลิตของชาติในกลุ่มG20 ด้วย

ได้ข่าวว่า ไทยกับสิงคโปร์ได้รับเชิญเข้าร่วมประชุมในวาระโลกร้อนนี้ด้วย แต่จนถึงวันนี้ยังไม่มีข่าวออกมาว่า เชิญอย่างเป็นทางการหรือเชิญปากเปล่า

อีกมุมมองหนึ่ง ปีเตอร์ มอริซี อดีตหัวหน้าทีมเศรษฐกิจของคณะกรรมธิการการค้าระหว่างประเทศของสหรัฐฯ③ ซึ่ง ขณะนี้เป็นอาจารย์สอนอยู่ที่***มหาวิทยาลัย-แมรี่แลนด์*** แสดงความผิดหวังที่สหรัฐฯ ลดบทบาทตนเอง และโยนภาระด้านสกุลเงินตรา

มาตรฐานไปให้เงินหยวนของจีน

"การให้ G20 มีบทบาทมากเกินไปจะทำให้ทุกอย่างเลวร้ายไปกว่าที่เป็นอยู่"

อีกด้านหนึ่ง หลายประเทศที่ไม่ได้มีส่วนร่วมในกิจกรรมนี้ ต่างก็ทวงถามความเสมอภาคในการมีส่วนได้เสียในเศรษฐกิจโลกยุคใหม่

"ฟังพวกเราบ้าง เพราะเราเป็นส่วนที่เหลือของโลก อย่าทำเป็นสังคมปิดเหมือนกับกลุ่ม G8"

ในฐานะประธานอาเซียน ไทยไม่เรียกร้องขอมีบทบาทกับ G20 บ้างหรือ?

อุตส่าห์จัดประชุมอาเซียนบวกเลขกัน ไม่รู้ว่ากี่ตัวกี่ตัว ไม่เคยมีใครเห็นผลงานเลยหรือ

หรือพวกเขามองว่าไทยไม่มี***น้ำยา***บนเวทีโลก?

จาก **สยามรัฐสัปดาหวิจารณ์** ฉบับวันที่๒ –๘ ตุลาคม พ.ศ.๒๕๕๒

1. ศัพท์และวลี

พิตต์สเบิร์ก	น.	［美国］匹兹堡（市）
ซ้ำย่ำอยู่กับที่	ก.	原地踏步
เงินสกุล	น.	体系货币
ไตร่ตรอง	ก.	思量，考虑，深思熟虑
สำรอง	ก.	储备，预备
แซว	ก.	讥讽，讽刺
ซัมมิต	น.	（政府间的）首脑会议，峰会（summit）

ตัวตั้งตัวตี	น.	骨干，骨干分子
พรวด	ว.	猛然，一下子
ง่อนแง่น	ว.	摇摇晃晃，摇摇欲坠
อาณานิคม	น.	殖民地
เครือจักรภพ	น.	联邦国家
มหาวิทยาลัยแมรี่แลนด์	น.	马里兰大学
น้ำยา	น.	药水；［转］才能，才干

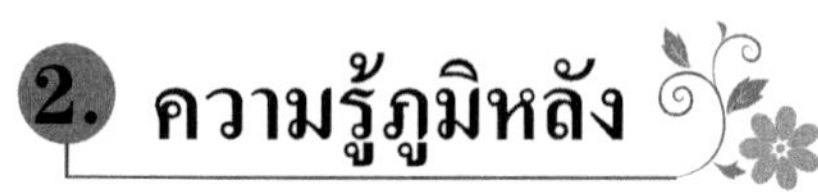

2. ความรู้ภูมิหลัง

20国集团（G20）

一、成立经过

1997年亚洲金融危机的爆发使国际社会认识到，除西方发达国家外，国际金融问题的解决还需要有影响的发展中国家参与。1999年9月，西方7国集团财政部部长和央行行长在华盛顿发表声明，同意建立由主要发达国家和新兴市场经济国家组成的20国集团，并就改革国际金融问题进行磋商。

1999年9月25日，8国集团的财政部部长在华盛顿宣布成立20国集团（G20）。这个国际论坛由欧盟、布雷顿森林体系和来自19个国家的财政部部长、央行行长组成。

二、宗旨

G20是布雷顿森林体系框架内一种非正式对话的新机制。其宗旨是推动发达国家和新兴市场国家之间就实质性问题进行讨论和研究，以寻求合作并促进国际金融稳定和经济的持续增长。

三、成员

由美国、英国、日本、法国、德国、加拿大、意大利、俄罗斯、澳大利亚、中

国、巴西、阿根廷、墨西哥、韩国、印度尼西亚、印度、沙特阿拉伯、南非、土耳其、欧盟和布雷顿森林体系共同组成。成员人口占全球人口的2/3，国内生产总值占全球生产总值的90%，贸易总量占全球贸易额的80%，在国际货币基金组织和世界银行所占的股权份额约65%。G20在全球经济中占有重要地位。

四、组织机构

G20以非正式的部长级会议形式运行，不设常设秘书处，主席采取轮换制。G20财政部部长和央行行长每年举行一次会议、一或两次副手级会议。每年的部长级例会一般与7国集团财政部部长会议相衔接，通常在每年年末举行。会议由主席国及一些国际机构（如世界银行和国际货币基金组织）和外部专家提供相应秘书服务和支持，并可根据需要成立工作小组，就一些重大问题进行评审和提出对策建议。

3. ข้อสังเกต

① G8: 8国集团首脑会议 （G8 Summit）由西方7国首脑会议演变而来，与会8国也被称为“8国集团”（G8），由美国、英国、法国、德国、意大利、加拿大、日本和俄罗斯组成。2014年3月25日，白宫宣布，美国总统奥巴马和G7集团其他国家领导人决定暂停俄罗斯G8 成员国地位。

② อียู: 欧洲联盟（European Union），简称“欧盟”（EU），总部设在比利时首都布鲁塞尔（Brussels），是由欧洲共同体发展而来的，创始成员国有6个，分别为德国、法国、意大利、荷兰、比利时和卢森堡。现拥有27个会员国，正式官方语言有24种。1991年12月，欧洲共同体马斯特里赫特首脑会议通过《欧洲联盟条约》，通称《马斯特里赫特条约》。1993年11月1日，《马斯特里赫特条约》正式生效，欧盟正式诞生。欧盟的条约经过多次修订，运作方式依照《里斯本条约》。政治上，所有成员国均为议会民主国家；经济上，为世界上第二大经济实体；军事上，除瑞典、芬兰、爱尔兰、奥地利、马耳他与塞浦路斯6国以外，其余21个欧盟成员国均为北约成员。

③ คณะกรรมธิการการค้าระหว่างประเทศของสหรัฐฯ: 美国国际贸易委员会（United States International Trade Commission，缩写USITC），是美国联邦政府下设的一个

独立、非党派性质的准司法联邦机构。它负责向立法机构和执法机构提供国际贸易方面的专业意见。同时，该机构还负责判断进口对美国工业的冲击，并且对不公平贸易（如倾销及专利、商标及版权侵犯）采取措施。

4. จงตอบข้อถามเกี่ยวกับบทความดังต่อไปนี้

1） การประชุมสุดยอดชาติ 20 ประเทศที่พิตต์สเบิร์กสุดสัปดาห์ต้นเดือนนี้จะมีการ-พูดกันถึงเรื่องอะไรบ้าง

2） ทำไมบรรดาสื่อมวลชนสหรัฐฯจึงวิจารณ์และแซวการประชุมครั้งนี้ว่าเป็นการ-ประชุมมีแต่การจับมือ แล้วถ่ายรูป แล้วกลับบ้านกันเหมือนเดิม

3） กลุ่ม G20 ครอบครองกิจกรรมทางเศรษฐกิจของโลกไว้ถึงขนาดไหน

4） การจัดระเบียบโลกใหม่เคยเกิดขึ้นเมื่ออะไรและเพราะเหตุไร

5） ตามที่ผู้เขียนเห็นว่า เพราะเตุใดรัสเซียจึงได้รับการเชื้อเชิญเข้ามาเป็นสมาชิกG8

6） ทำไม G20 ปัจจุบันนี้มีบทบาทยังไม่มากนัก

7） เพราะเหตุใด G8 จึงต้องปรับเปลี่ยนบทบาทใหม่และไปรับเปลี่ยนอย่างไรบ้าง

8） การที่กลุ่มชาติตะวันตกสามารถเป็นแกนนำเศรษฐกิจโลกได้นั้น เพราะเหตุใด

9） ในประโยคที่ว่า “หรือพวกเขามองว่าไทยไม่มีน้ำยาบนเวทีโลก?” นั้น คำว่า “น้ำยา” จะเข้าใจว่าอย่างไร

12

เงินก๋งไล้เหลี่ยว①

人民币来啦!

การจับคู่ธุรกิจระหว่างนักลงทุนไทยกับจีนตามหลังการประชุมอาเซียนที่มีเค้าว่า เงินลงทุนจากจีนจะเคลื่อนย้ายเข้าไทยกว่าสองแสนล้านบาท ทำท่าว่าจะเป็นผลงานเด่นผลงานเดียวของรัฐบาลชุดนี้ ณ นาทีนี้

แต่ก็มีเสียงทักท้วงว่า จีนนั้นน่าจะไม่ใช่ที่พึ่งที่ดีของไทยและของชาวอาเซียน เพราะจีนมุ่งเน้นกำไรมากกว่าการช่วยเหลือประคับประคองกันให้รอดพ้นจากปาก***เหว***เศรษฐกิจถดถอยทั้งโลกในขณะนี้

เงินหยวนที่เราเรียกกันว่า "เงินก๋ง" นั้น ช่วงรัฐบาล ชวน หลีกภัย หลังเกิดวิกฤตการณ์ต้มยำกุ้ง② เคยเป็นที่หวังว่าจะเป็นที่พึ่งของเศรษฐกิจไทยมาหนหนึ่งแล้ว แต่ก็***ฟาวล์***

ครั้งนั้นมีข้อแก้ตัวว่า จีนกับไทยยังมีฐานะไม่ต่างกัน ไทยเองยังจะดีเสียกว่าในฐานะที่เป็นเสือตัวที่ 5 ของเอเชีย เพียงแต่เราพลาดท่าถูก***พ่อมด***จอร์จ โซรอส③ โจมตีค่าเงินบาทจนเกิดวิกฤติเท่านั้นเอง

แต่วันนี้ ค่าเงินหยวนแข็ง***โป๊ก*** เพราะเศรษฐกิจจีนขยายตัวสูงที่สุดในโลก มีสำรองเงินตราต่างประเทศสูงที่สุดในโลก สภาพการณ์จึงอาจจะไม่เหมือนเดิมก็ได้

ตอนนี้สหรัฐฯกำลัง***เคี่ยวเข็ญ***จีนให้ปล่อยค่าเงินหยวนลอยตัว เพื่อที่หยวนจะได้มีค่าที่แท้จริง คือแข็งกว่าปัจจุบันนี้ขึ้นมาอีก 20%

ตั้งแต่ปีที่แล้ว หยวนถูกสหรัฐฯกดดันให้ปล่อยค่าเงินลอยตัวไปตามความเป็น

จริง แต่จีนก็แค่ผ่อนคลายให้แค่ 10% เท่านั้นเอง

ทั้งนี้เพราะจีนมุ่งหวังที่จะชิงตลาดส่งออกให้มากที่สุดเท่าที่จะมากได้ จึงกดค่าหยวนไว้ให้อ่อนตัวลงกว่าธรรมชาติที่เป็นจริง

ขณะเดียวกัน จีนในฐานะผู้ผลิตรายใหญ่ของโลก ทำให้เป็นผู้นำเข้าวัตถุดิบสินค้าทุนจากต่างประเทศมากเป็นอันดับหนึ่งของโลกเช่นกัน โดยเฉพาะน้ำมันดิบ

ค่าเงินหยวนแข็งขึ้นมา 10% ก็ทำให้ซื้อน้ำมันได้ถูกลง 10% เช่นกัน

นอกจากนี้ การกระตุ้นเศรษฐกิจของจีนยังมุ่งเน้นที่การสร้างงานอยู่ โดยทุ่มเทกับการปรับโครงสร้างเศรษฐกิจพื้นฐาน โดยจีนโหมลงทุนด้านงาน***สาธารณูปโภค***มากกว่าด้านอื่นๆ

นอกจากนี้ ยังหนุนให้คนจีนกินใช้ของที่ผลิตได้ในท้องถิ่นที่เรียกว่า buy local อีกด้านหนึ่ง ก็ยิ่งทำให้พื้นที่ขายของสินค้าจากโพ้นทะเลลดน้อยลง

ประเทศอาเซียนและเอเชียแปซิฟิกจึงหวังพึ่งพาตลาดจีนไม่ได้

ซ้ำร้ายกว่านั้น จีนกลับเป็นคู่แข่งทางการค้าระหว่างประเทศของชาวอาเซียนไปเสียอีก เพราะจีนมีสินค้าออกเหมือนกับเราเกือบ 90% ที่สำคัญคือ สินค้าอิเล็กทรอนิกส์ชิ้นส่วนอุปกรณ์เครื่องไฟฟ้า และสิ่งทอ

ใช่แต่จะเป็นคู่แข่งในตลาดหลัก คือกลุ่ม 3-จี ได้แก่ สหรัฐฯ ประชาคมยุโรป และญี่ปุ่นแล้ว จีนยังมาแย่งตลาดอาเซียนและแปซิฟิกไปจากเราอีกด้วย

ไทยและอาเซียนอาจจะได้จีนเป็นตลาดส่งออกก็จริง แต่เป็น***สินค้าประเภทปฐมภูมิ*** เช่น ข้าวสาร ยางพารา ไม้ แร่ ธาตุ อาหารสด ฯลฯ ที่จีนเอาไปแปรรูปเป็นเส้นหมี่ อาหารสำเร็จรูป ขนมอบกรอบ ของเด็กเล่น เฟอร์นิเจอร์ ชิ้นส่วนอิเล็กทรอนิกส์ ฯลฯ ส่งออกไปแข่งกับพวกเรา

ธนาคารเพื่อการพัฒนาเอเชีย (เอดีบี) รายงานแนวโน้มการเติบโตของเศรษฐกิจในชาติเกิดใหม่ในเอเชียตะวันออกที่เอาชาติอาเซียน 10 ประเทศไปรวมกับชาติตะวันออกไกลคือ ไต้หวัน ฮ่องกง จีน เกาหลีใต้ ยกเว้นญี่ปุ่นว่า เริ่มฟื้นตัวในครึ่งหลัง

ของปีนี้④

เอดีบีบอกว่า สาเหตุที่ฟื้นตัวก่อนภูมิภาคอื่นๆ ก็เพราะตลาดส่งออกของชาติเหล่านี้เริ่มเปิด เนื่องจากมาตรการกระตุ้นเศรษฐกิจได้ผลโดยเฉพาะสหรัฐฯ ทำให้มีการ-บริโภคภายในประเทศเพิ่มขึ้น

ตอนนี้ภาคการส่งออกของเราเริ่มขยับตัวกันแล้ว เพราะเข้าสู่ช่วงเตรียมสินค้าไว้ต้อนรับฤดูขายปลายปีในชาติกลุ่ม 3-จี

เพราะฉะนั้น การที่นายกฯ อภิสิทธิ์ เวชชาชีวะ⑤ บอกว่าจะแถลงผลงานด้านเศรษฐกิจของรัฐบาลว่าดีท่าโน้นท่านี้ และปลายปีนี้เศรษฐกิจไทยจะฟื้นตัว ก็คงจะเอาผลงานด้านนี้ไปอวดเสียมากกว่าด้านอื่น

แท้ที่จริงแล้วเป็นการฟื้นตัวตามฤดูกาลและเกิดจากปัจจัยภายนอก คือตลาดสหรัฐฯกับยุโรปเริ่มฟื้นตัว

ส่วนภายในของเรานั้นยัง*เละตุ้มเป๊ะ* เดี๋๋ยวกระโดดไปจับทางโน้นพักหนึ่ง เดี๋๋ยวกระโดดมาทางนี้พักหนึ่ง ไม่ทันทำให้เสร็จก็ไปจับอีกทางแล้วเพราะต้องเร่งสร้างประชานิยม

ก็เลยดูเหมือนว่า งานของรัฐบาลเพิ่งเริ่มต้นเหมือนกับที่รัฐบาลเพิ่งตั้งกันใหม่เมื่อ 7 เดือนก่อน

เทียบกับชาติเพื่อนอาเซียนด้วยกันตามตัวเลขที่เอดีบีรายงานแล้ว ไทยเป็นที่ 2 จากปลายแถวโดยเวียดนามมาอันดับ 1 ด้วยอัตราขยายตัวทางเศรษฐกิจ 4.5%

เมื่อปีที่แล้วมีคนแสดงความหวาดวิตกว่าไทยจะแพ้เวียดนามในด้านเศรษฐกิจโดยเฉพาะภาคส่งออก

แต่มีนักวิชาการหลายท่านไม่เห็นด้วย บางท่านถึงกับเจาะจงกำหนดเวลาลงไปเลยว่าเวียดนามจะต้องใช้เวลาถึง 20 ปีกว่าจะตามทันไทย

แล้ววันนี้เป็นอย่างไร ทุนอเมริกา ทุนกิ๋ง เกาหลี ญี่ปุ่น สิงคโปร์ ไปเทกันที่เวียดนาม*เพียบ*

ไม่ขยายตัวแซงหน้าไทยในวันนี้แล้วจะให้รอไป***แซง***กันบนสะพานมัฆวานฯ รอบสองหรือ⑥

ชาติที่เติบโตทางเศรษฐกิจมากอันดับ 2 คือ อินโดนีเซีย 3.6% ฟิลิปปินส์ 2.5% มาเลเซียติดลบ 0.2% ฮ่องกงกับไทย ลบ 2% เท่ากัน สิงคโปร์ ลบ5%

ส่วนนอกกลุ่มอาเซียนเกาหลีใต้ลบ 3% ไต้หวันลบ4% จีนบวก7%

สำหรับปีหน้า เอดีบีพยากรณ์ว่า จีนจะโตขึ้นไปอีก คือขยายตัวถึง 8% เวียดนามพรวดขึ้นไปเป็นอันดับ 2 ด้วยอัตรา6.5% อินโดนีเซีย5% มาเลเซีย4.4% เกาหลีใต้ 4% ฟิลิปปินส์3.5% สิงคโปร์ 3.5% ไทย 3% ฮ่องกง 3% และไต้หวัน 2.4%

ดูแล้วไทยยังคงรั้งที่ 2 ข้างท้ายตามเดิม แสดงว่าวันนี้กับวันข้างหน้าถ้าเป็นรัฐบาลชุดเดิม ไทยก็ยังจะเหมือนเดิม

การที่จีนมาลงทุนในไทยเป็นแสนๆล้านบาทนั้น กว่าจะเห็นผลต่อเศรษฐกิจไทยได้ชัดเจนคงจะเลยปีหน้าไปแล้ว

นอกจากนี้ยังไม่แน่ใจว่าจะสร้างงานให้คนไทย จะมีการใช้วัตถุดิบภายในประเทศได้มากน้อยขนาดไหน จะคุ้มกับการมาลงทุนเพื่อใช้***โควตา***ส่งออกของไทยไปยังอียูและสหรัฐฯหรือไม่

เงินก๋งมาลงเมืองไทยนั้นโดยภาพรวมแล้วถือเป็นเรื่องดี แต่ถ้ามาลงแล้ว ดูดเงินบาทกลับไปแผ่นดินใหญ่ผ่านการสั่งซื้อวัตถุดิบ***ทุติยภูมิ***หรือสินค้าทุนคือเครื่องจักรอุตสาหกรรมเสียกว่าครึ่ง เราจะได้อะไร?

สู้เอาเงินซาอุฯมาตกเขียวให้ชาวนาไทยปลูกข้าวให้จะดีกว่า⑦ ***ชีค***แกมาลงเงินแล้วก็แลกข้าวกลับบ้านไปกิน ไปขายให้เพื่อนๆตะวันออกกลางด้วยกันเอง

เหมือนกับที่ซีพี⑧ ชวนพวก***บาห์เรน***มาร่วมทุน ทำฟาร์ม จนได้ฮาลาล⑨ ของพวกตะวันออกกลาง ทำให้เจาะตลาดอาหรับได้

จึงเป็นการบ้านให้รัฐบาลต้องคิดว่า เงินก๋งกับเงิน***บัง***ชั่งน้ำหนักกันดูก็แล้วกันว่าไหนดีกว่า

ลองปรึกษาชีคแม้ว ณ ดูไบ ดู เพราะเมื่อวันเกิดเปิดทวิตเตอร์มายังน้องมาร์ค บอกว่า ยินดีให้คำปรึกษาเสมอ⑩

งานนี้ไม่มี*เซอร์ไพรส์*อันใด

จาก **สยามรัฐ สัปดาห์วิจารณ์** ฉบับวันที่๓๑ ก.ค.-วันที่๖ ส.ค.พ.ศ.๒๕๔๗

1. ศัพท์และวลี

เหว	น.	山壑，深谷，深渊
ฟาวล์	ว.	令人不愉快的，糟透了的（foul）
พ่อมด	น.	男巫，巫师
โป๊ก	ว.	象声词，敲脑袋声或以锤击柱声
เคี่ยวเข็ญ	ก.	逼迫，强求
สาธารณูปโภค	น.	公用事业
สินค้าประเภทปฐมภูมิ	น.	初级产品
เละตุ้มเป๊ะ	น.	一团糟，乱糟糟
เพียบ	ก.	满载，超重；［转］严重，恶化
แซง	ก.	抢行，超车
มัฆวานฯ	น.	因陀罗
รั้ง	ก.	守候，等待
โควตา	น.	定额，分配额，限额（quota）

ทุติยภูมิ	น.	［电］蓄电池
ชีค	น.	酋长，首领（缩略自 cacique）
บัง	น.	老兄（对伊斯兰教徒的称呼）
บาห์เรน	น.	巴林（Bahrain）
เซอร์ไพรส์	น.	惊喜，惊奇（surprise）

2. ความรู้ภูมิหลัง

世界主要货币及主要外汇市场

一、美元

美元（United States dollar，货币缩写：USD；ISO 4217货币代码：USD；符号：USA$）是美国的法定货币。目前流通的美元纸币是自1929年以来发行的各版钞票。美元的发行主管部门是国会，在第二次世界大战后最终成为国际货币。

二、英镑

英镑主要由英格兰银行发行，但亦有其他发行机构。最常用于表示英镑的符号是£。国际标准化组织为英镑取的ISO 4217货币代码为GBP（Great Britain Pound）。除了英国，英国海外领地的货币也以镑作为单位，与英镑的汇率固定为1∶1。

三、欧元

欧元（Euro）是欧盟中19个国家的货币。欧元的19个会员国是德国、法国、意大利、荷兰、比利时、卢森堡、爱尔兰、西班牙、葡萄牙、奥地利、芬兰、立陶宛、拉脱维亚、爱沙尼亚、斯洛伐克、斯洛文尼亚、希腊、马耳他、塞浦路斯 。€为欧元符号。

四、日圆

日圆（円），又称作“日元”，其纸币称为“日本银行券”，是日本的官方货币，于1871年制定。日圆也经常在美元和欧元之后被当作储备货币。日圆货币符号

为￥。国际标准化组织为日圆取的ISO 4217货币代码为JPY。日语罗马字写作Yen。在数字后日圆的表示方法是加一个E字，如￥1400E。

五、人民币

人民币（缩写：RMB；ISO4217货币代码：CNY；货币符号：¥）是中华人民共和国的法定货币。由中国人民银行于1948年12月1日首次发行，至1999年10月1日启用新版为止共发行了5套，形成了包括纸币、硬币和塑料钞、普通纪念币与贵金属纪念币等多品种、多系列的货币体系。

六、外汇市场

外汇市场是指由银行等金融机构、自营交易商、大型跨国企业参与的，通过中介机构或电讯系统联结的，以各种货币为买卖对象的交易市场。在目前的世界外汇市场上，大多数货币之间的基本定价关系仍以美元为主。美元的国际地位是与美国强大的发展实力和国际汇率制度形成的历史相联系的；日本经济的飞跃和雄厚的实力则使日圆地位得以稳固和扩张；而欧元正在茁壮成长，欧洲区统一政策的强大后劲及其内在的经济实力，决定了欧元必将成为21世纪与美元、日圆同等重要的货币。外汇交易可以是有形的，如通过外汇交易所进行交易；也可以是无形的，如通过电讯系统交易的银行间外汇交易。据国际清算银行最新统计显示，国际外汇市场每日平均交易额约为1.5万亿美元。

目前，世界上有30多个主要外汇市场。它们遍布世界各大洲不同国家和地区。根据传统的地域划分，可分为亚洲、欧洲、北美洲等三大部分。其中，最重要的外汇市场有欧洲的伦敦、法兰克福、苏黎世、巴黎；北美洲的纽约、洛杉矶；大洋洲的悉尼；亚洲的东京、新加坡（此处理解为一座城市）和香港等。

各个外汇市场被距离和时间所隔，敏感地相互影响又各自独立。一个中心每天营业结束后，就把订单传递到别的中心，有时就为下一市场的开盘定下基调。这些外汇市场以其所在的城市为中心，辐射周边其他国家和地区。由于所处的时区不同，各外汇市场在营业时间上此开彼关，相互之间通过先进的通信设备和计算机网络连成一体。市场的参与者可以在世界各地进行交易，外汇资金流动顺畅，市场间的汇率差异极小，形成了全球一体化运作、全天候运行的统一国际外汇市场。

3. ข้อสังเกต

① เงินก๋งไล้เหลี่ยว：ก๋ง是泰语中的汉语外来词，意为“公公”（祖父或外祖父）；เงินก๋ง即“人民币”；ไล้เหลี่ยว则是汉语“来啦”的音译词。本文以“人民币来啦！”作为文章的标题，既活跃了语言，又增强了表达效果。

② วิกฤตการณ์ต้มยำกุ้ง：ต้มยำกุ้ง为最具泰国特色的菜肴。此处是借代，指1997年最先爆发于泰国后蔓延全亚洲的金融危机。

③ พ่อมดจอร์จ โซรอส：乔治·索罗斯 1930年生于匈牙利布达佩斯，1947年移居英国，毕业于伦敦政治经济学院，1956年移居美国。在美国，他通过建立和管理的国际投资资金积累了大量财产。1997年，索罗斯及其套利基金开始大量抛售泰铢，泰国外汇市场立刻波涛汹涌、动荡不安。泰铢一路下滑，泰国政府动用了300亿美元的外汇储备和150亿美元的国际贷款企图力挽狂澜，但区区450亿美元的资金相对于无量级的国际游资来说，犹如杯水车薪，无济于事。“索罗斯飓风”很快就扫荡到了印度尼西亚、菲律宾、缅甸、马来西亚等国家。印度尼西亚卢比、菲律宾比索、缅元、马来西亚林吉特纷纷大幅贬值，导致工厂倒闭、银行破产、物价上涨等一片惨不忍睹的景象。这场扫荡东南亚的“索罗斯飓风”一举刮去了百亿美元之巨的财富，使这些国家几十年的经济增长化为乌有。人们开始称索罗斯为“金融大鳄”。在一些亚洲人的心目中，索罗斯甚至是一个十恶不赦、道德败坏的家伙。

④ อภิสิทธิ์ เวชชาชีวะ：阿披实·维乍集瓦（简称“阿披实”），泰国政治人物，泰国民主党主席，祖先是从越南移民到泰国的华侨。他于1964年8月3日出生于英国，并在英国接受教育，毕业于牛津大学哲学、政治和经济专业。1990年，阿披实返回泰国，两年后步入政界，成为泰国下议院民主党议员，先后任下议院议员、总理府发言人、总理副秘书长、下议院教育委员会主席、国务部部长等职。2005年2月，阿披实当选泰国民主党主席，成为民主党历史上最年轻的主席。2008年12月15日，阿披实当选泰国总理，成为泰国历史上最年轻的总理。2011年8月6日，阿披实连任泰国民主党主席。

⑤ ธนาคารเพื่อการพัฒนาเอเซีย(เอดีบี)รายงานแนวโน้มการเติบโตของเศรษฐกิจในชาติเกิดใหม่ในเอเซียตะวันออก ที่เอาชาติอาเซียน 10 ประเทศไปรวมกับชาติตะวันออกไกลคือ ไต้หวัน ฮ่องกง จีน เกาหลีใต้ ยกเว้นญี่ปุ่นว่า เริ่มฟื้นตัวในครึ่งหลังของปีนี้：众所周知，台湾和香港是中国不可分割的部分。文章作者把上述两个地区表述为“ชาติ”是错误的，读者应该保持警觉。

⑥ ไม่ขยายตัวแซงหน้าไทยในวันนี้แล้ว จะให้รอไปแซงกันบนสะพานมัฆวานฯรอบสองหรือ：泰国军队发动政变时往往将坦克停靠在总理府附近的สะพานมัฆวาน以便于夺取国家政权。此句含有讽刺意味，意思是“今天不赶超泰国，难道要等到再来一次政变（更换政府）时才赶超吗？”。

⑦ สู้เอาเงินซาอุฯมาตกเขียวให้ชาวนาไทยปลูกข้าวให้จะดีกว่า：ตกเขียว为泰国俗语，意指农民将刚抽穗还未成熟的稻子低价卖给商人；而当稻子成熟时，商人则以高出收购价数倍的价格出售。此句应译为“不如把来自沙特阿拉伯的钱借给农民去发展农业”。

⑧ ซีพี：CP，即Charoen Pokphand Group（正大集团）的缩写，在中国以外称作“卜蜂集团”，是泰籍华人创办的知名跨国企业。目前，正大集团业务遍及20多个国家和地区，下属400多家公司，员工人数近20万。正大集团在中国投资额近50亿美元，设立企业213家，遍及除青海以外的所有省、市、自治区，员工人数超过80000，年销售额超过300亿元人民币。经过80多年的发展，正大集团形成了以农牧、水产、种子、电信、商业零售为核心，石化、机车、房地产、国际贸易、金融等共同发展的业务格局。

⑨ ฮาลาล：halal穆斯林通常使用两个阿拉伯语单词来区分他们的食品，即halal和haram。halal的意思是“允许的”“洁净的”，haram的意思是“禁止的”“不洁的”。对穆斯林来说，haram食品是绝对不能食用的，如猪肉和贝壳类水产品。

⑩ ลองปรึกษาซีคแม้ว ณ ดูไบ ดู เพราะเมื่อวันเกิดเปิดทวิตเตอร์มายังน้องมาร์คบอกว่ายินดีให้คำปรึกษาเสมอ：ซีค即cacique（酋长，首领）的缩写；ซีคแม้ว指泰国前总理

他信·西那瓦（简称“他信”），因为2006年9月泰国政变后，他信曾流亡阿联酋的迪拜，因而得此绰号；น้องมาร์ค是泰国时任总理阿披实的小名；ทวิต เตอร์是网站名Twitter的泰语音译词。此句含有讽刺意味，译为“和迪拜的他信酋长商量商量看吧！因为他生日那天通过Twitter发邮件给阿披实，还说随时愿意提供参考意见呢”。

4. จงตอบข้อถามเกี่ยวกับบทความดังต่อไปนี้

1） เพราะเหตุใดจึงมีเสียงทักท้วงว่าจีนนั้นน่าจะไม่ใช่ที่พึ่งที่ดีของไทยและของชาวอาเซียน

2） ตามผู้เขียนบทความ จีนกับไทยต่างกันอย่างไรในระหว่างวิกฤตการณ์ ปีค.ศ.๑๙๙๗ กับวิกฤตการณ์ ปีค.ศ.๒๐๐๘

3） ตามผู้เขียนบทความ เพราะเหตุใดจีนจึงกดค่าหยวนไว้ให้อ่อนตัวลงกว่าธรรมชาติที่เป็นจริง

4） จีนกระตุ้นเศรษฐกิจด้วยมาตรการอะไรบ้าง

5） จีนมีสินค้าออกเหมือนกับไทยเกือบ 90% ที่สำคัญคืออะไร

6） กลุ่ม 3-จี ประกอบด้วยประเทศไหนบ้าง

7） สินค้าที่ไทยและอาเซียนส่งออกไปจีนเป็นสินค้าอะไรบ้าง

8） ตามผู้เขียนบทความ ปัจจัยของการฟื้นตัวทางเศรษฐกิจของไทยคืออะไร

9） ทำไมผู้เขียนบทความจึงมีความสงสัยต่อเงินหยวนมาลงเมืองไทย

10） ตามที่คุณเข้าใจ ผู้เขียนบทความมีท่าทีอย่างไรต่อรัฐบาลชุดปัจจุบัน

13

การตลาดกับเส้นศีลธรรมที่เปลี่ยนไป

市场营销与道德底线的改变

ลูกสาวคนเล็ก***จอม***ดูที.วี.ถามว่า โฆษณาสินค้าทำไมต้องมีโป๊หรือมีจีบกันไปหมด?

ขนมอบกรอบของเด็กก็ต้องมีจีบกัน เครื่องปรับอากาศต้องมีโป๊ บ้านจัดสรรยิ่งคิดลึกเมื่อชายหนุ่มแอบฝันกลางวันถึงสาว***ยั่วสวาท***ตอนกำลังพาแฟนเดินชมบ้านตัวอย่าง ***แชมภู***สระผม***เตลิด***ไปโน่น เด็กหนุ่มเข้าใจผิด แม่เพื่อนที่สาวกว่าวัย นึกเป็นแฟนเพื่อน แถมน้าแกก็ออกอาการ***ทอดสะพาน***(อันนี้โดนรุมด่าเลยต้องทิ้งโฆษณาหลังออกเผยแพร่ได้ไม่กี่วันไป) รถยนต์แพงเดี๋ยวนี้เลยขั้นโป๊ไปแล้ว แต่เสนอภาพว่าไว้ล่อสาวเข้าม่าน***รูด***ได้

อธิบายตอบลูกสาวว่าถ้าไม่มีจีบกันไม่มีโป๊ก็ไม่***สะกิดใจ***หนูน่ะซี

แล้วทำไมต้องใช้แต่เรื่องแบบโป๊ๆ จีบๆ ด้วย? คำตอบที่อธิบายแก่เด็กยากก็คือการโฆษณาต้องฟังการตลาด เมื่อการตลาดรู้ว่าผู้บริโภคนี้ชอบอย่างไร ก็ให้ฝ่ายโฆษณาไปคิดทำสนอง

อาจารย์วิชาการตลาดของลูกชายคนโตสอนว่า การตลาดคือ***ทัพหลวง***ของธุรกิจ สมัยนี้ไม่มีการตลาดคือไม่มีอะไรเลย การตลาดคือหัวใจของความสำเร็จของสินค้า ต้องดูแลมันอย่างดีพิถีพิถันและละเอียดซับซ้อน(ส่วนคุณภาพของสินค้าเป็นเรื่องรองลงมา สังเกตจากสถิติผู้ผลิตรถยนต์ ต้องเรียกคืนกลับมาแก้ไขข้อบกพร่องอันตรายใหม่กันทุกปีทั้งฝรั่งญี่ปุ่น ในขณะที่ภาพยนตร์โฆษณาของพวกเขาสมบูรณ์

และเข้าเป้าทุกเรื่อง...อันนี้อาจารย์เปล่าพูด พ่อเด็กพูดเอง)

สะท้อนว่า การตลาดในยุคนี้เป้าหมายสำคัญกว่ากฎเกณฑ์และคุณค่าใดๆ และเป้าหมายก็มีเพียงความสำเร็จในทางตัวเลขผลกำไรเท่านั้น เท่านั้นเองจริงๆ

ธุรกิจ วิสาหกิจ หรือแม้แต่สถาบันที่ไม่แสวงหากำไรจึงให้ความสำเร็จแก่การตลาดอย่างมาก มากเสียจนสามารถเปลี่ยนพฤติกรรมผู้บริโภคได้ มากเสียจนสร้างความต้องการเทียมขึ้นมาได้ มากเสียจนกำหนดรูปแบบผลิตภัณฑ์ใหม่ที่เกินความต้องการที่แท้จริงของคนได้ จนผู้บริโภคยินดีจ่ายเพิ่มค่าสินค้ามากกว่าเดิม เพื่อสนองอารมณ์ความรู้สึกที่เป็นรสนิยมใหม่

เราจึงพบว่า ผู้ยิ่งใหญ่ทางการตลาดจึงกลายเป็นผู้นำขององค์กร เป็นผู้ว่าราชการมหานคร เป็นรัฐมนตรี

ในยุคปัจจุบัน เมื่อการตลาดมีความสำคัญมากเช่นนี้ การโฆษณาผ่านสื่อ จึงเป็นด่านหน้าที่ต้องพิชิตให้ได้เพื่อความสำเร็จของธุรกิจ ***เล่ห์มนต์กลคาถา***นำมาใช้หมด ***กิเลสตัณหา***มีอิทธิพลต่อคนที่สุด***ฉันใด***จริยธรรมศีลธรรม ก็เป็นอุปสรรคต่อการใช้กิเลสตัณหาเป็นเครื่องมือที่สุด ฉันนั้น ความรับผิดชอบต่อสาธารณะจึงไม่ได้รับความสนใจสำหรับนักการตลาด

มันเป็นธรรมดาของโลกที่เลือกไม่ได้หรือ หรือใครเป็นผู้กำหนด***เทรนด์***แบบนี้ ฝรั่งหรือไทย ***เอเยนซี่***หรือเจ้าของสินค้า สังคมหรือ***ปัจเจก***บุคคล แต่แล้วก็มีมือที่มองไม่เห็นค่อยๆช่วยกันปลด***เปลือยอาภรณ์***หญิงสาวในโฆษณาให้เหลือน้อยขึ้นลงทุกที ทำนองเดียวกับแฟชั่นสตรียุคปัจจุบันนั่นเอง

แต่ก่อนผู้ชายชอบดู "โป๊ไม่เปลือย"จากโฆษณาชุดชั้นในหรือสบู่ครีมก็พอ***ท้วม*** เด็กก็เข้าใจได้ว่ามันยังมีความเกี่ยวข้องกัน จะขายของถ้าไม่แสดงคุณสมบัติสินค้าจะรู้ว่าดีอย่างไรได้ยังไง เหตุผลรับฟังได้ แต่เดี๋ยวนี้เราเห็นได้เกือบทุกโฆษณาทั้งโป๊เซ็กซี่***หวามใจ*** กระทั่งยุให้เกิดสังคมแห่ง***กาเมสุมิจฉาจาร*** และที่พลิกกฎหลักแห่งการโฆษณาชนิดหน้าเป็นหลังคือ การเอาด้านมืดของมนุษย์มาใช้เพื่อให้ดูขบขัน

จำแม่น ไม่ว่าจะเป็นความ***กะล่อน***ของผู้ชาย ***ยางไม่อาย***ของผู้หญิง อาการ***ไฮเปอร์*** ปัญญาเกินสติของเด็ก ***ตลกบ๊อง***คนแก่

เหตุผลที่เกิดปรากฏการณ์เช่นนี้อย่างแพร่หลายคงเป็นเพราะโฆษณาแล้วได้ผล ยอดขายเพิ่ม

ถ้าไม่ใช้วิธีกระตุ้นแบบนี้จะแพ้คู่แข่ง

สังคมกระแสหลักยินดีต้อนรับมัน

จรรยาบรรณวิชาชีพฝากไว้กับหน่วยงานที่มีหน้าที่แก้ไขไปอย่าง***สะเปะสะปะ***

สำเร็จผลง่ายที่สุด กินวงกว้างที่สุด

สิ่งแวดล้อมเป็นใจ สถาบันครอบครัวเป็นที่ห่างเหินไปทุกที(แม้อยู่ใกล้กัน แต่ใช้เงินแทนจิตวิญญาณ) ระบบการศึกษาที่กำลังปฏิรูป***ปฏิกูล***และถูกปฏิเสธร่ำไปไม่***สะเด็ด***เสียที (๑ ปีเปลี่ยนเจ้ากระทรวง ๓-๔คน) สาวใหญ่สาวโตไฮโซไฮซ้อ① ออกมาร่วมกันถ่ายนู้ดอวดชาวบ้าน

พร้อมไปกับคดี***ล่วงละเมิด***ทางเพศก็เพิ่ม โดยเฉพาะคดีในครอบครัวพ่อกับลูกสาว ทั้งลูกเลี้ยงลูกในไส้ สถิติเป็น***ขาขึ้น***ไม่มีลง (แต่น่าเสียใจ ***ส.ว.***กรรมาธิการเด็กและสตรีเห็นว่าสาเหตุเพราะปัจจุบันที่พ่อลูกอยู่ใกล้ชิดกันในบ้านมากกว่าแต่ก่อน... คิดได้แค่นี้ ไม่ยอมลงไปถึงรากของปัญหา ก็ไม่มีวันแก้ไขอะไรได้นอกจากออกกฎ-ระเบียบเพิ่มจน***ถี่ยิบ***ต่อไป)

หลักการคิดแนวทางโฆษณาสินค้าสมัยนี้คืออะไร จุดแข็งที่สุดของสินค้า หรือจุดอ่อนที่สุดของมนุษย์ และทำไมจึงต้องคิดแบบนั้น การแข่งขันยิ่งสูงมาก การ-บรรยาย***สรรพคุณ***ยิ่งไม่ต้องการ ความภักดีต่อสินค้าไม่จำเป็นเท่าไร ยิง***ลูกโดด***แลกหมัดกันเลย② งบครั้งนี้เท่าไร ต้องการยอดขายช่วงสั้นๆเท่านั้นเป็นพอ ปีหน้า***ไตรมาส***หน้าค่อยว่ากันใหม่ ให้ผู้บริโภคแค่จำ***แบรนด์***ได้สะกิดใจได้ก็ OK เลย เอา***กระพี้***ของซิกมันด์ ฟรอยด์③ ว่าด้วยความสำคัญของเซ็กซ์มาใช้หากิน เอาขุนเขาแห่งกิเลสมาเป็นปรัชญาการทำงาน

วิกฤติปรัชญาการโฆษณาประชาสัมพันธ์เช่นนี้ เร่งหาย***นภาลัย***ของสังคม แรกเลยคือเพิ่มต้นทุนสินค้าอย่างไม่เคยปรากฏมาก่อนพร้อมกับราคาสินค้าที่เราต้องจ่ายเพิ่มไม่รู้ตัว อันดับต่อมา เกิดความ***ลักลั่น***ในการตีความกฎหมายสาธารณะและการบังคับใช้ สุดท้ายคือการฝึกเยาวชนเข้าสู่จิตสำนึกใหม่ จิตสำนึกที่มี***ราคจริต***เป็น***เจ้าเรือน*** รักสวยรักงาม รักการซื้อสินค้า รักแต่ตัวเอง แต่ไม่รักใครอีกเลย

เส้นศีลธรรมที่เปลี่ยนไปส่งผลทางสังคมที่เห็นก็คือ นางแบบเบอร์หนึ่งของไทยต้องกล้าเปิดนม และ อาบน้ำในตู้กระจกกลางถนน เด็กนักเรียนรุมข่มขืนเด็กนักเรียนด้วยกันบนรถเมล์ที่แล่นไป เด็กชาย ๑๔ขวบเมาสปายไวน์คูลเลอร์④ ลุกขึ้นฉุดเด็กหญิงแถวๆนั้นกระทำ***อนาจาร*** เด็กชายถูกครูสาวข่มขืน การ***สมยอม***ร่วมเพศกันในครอบครัว (ศัพท์ภาษาไทยไม่มี มีแต่ของฝรั่ง) พระภิกษุดังบางรูป***ทรยศ***ต่อพระธรรม

ทำไมจึงทำได้ขนาดนั้น แรงกระตุ้นเร้ามาจากไหน?

แรงกระตุ้นเลวร้ายเหล่านั้นส่วนหนึ่งมาจากภาพยนตร์โฆษณาที่ยั่วยุตลอดทุกเวลานาทีที่เรานั่งอยู่หน้าทีวีใช่หรือเปล่า

ผู้มีอำนาจหน้าที่สูงสุดต้องเป็นผู้ตอบว่าอะไรถูกอะไรผิด ผิดต้องรับผิดชอบแก้ไข

แต่แล้วก็เหมือนไม่มีอะไรเกิดขึ้น เกิดเหตุร้ายทีก็***ล้อมคอก***ชั้นในสุดเสียที ออกกฎระเบียบห้ามโน่น ปรามนี่ ไม่เคยคิดเรื่องการเร้า***กำหนัด***โดยระบบธุรกิจเลย

สำนึกรู้รับผิดชอบ และความพยายามของผู้มีหน้าที่ปกป้องแก้ไขปัญหาทางศีลธรรมเช่นนี้ดำเนินการไปอย่างไร กฎระเบียบและการเอาผิดยังมีอยู่ การสร้างเสริมทางวัฒนธรรมก็ยังเป็นไป แต่ไม่มีหน่วยงานใด เข้าไปแตะต้องการโฆษณาที่เป็น***มิจฉาทิฐิ***เช่นนี้อย่างแท้จริง กระทรวงวัฒนธรรมมีหน้าที่ต้องสอดส่องวิเคราะห์ ต้องเป็นไฟฉายและต้องริเริ่มการแก้ไขก่อนใคร

แต่ทำไมยังดูดาย

เพราะยังไม่เห็นโทษอย่างลึกซึ้งหรือ หรือกลัวกระทบทิศทางการพัฒนาประเทศที่ถือเรื่องโครงสร้างทางเศรษฐกิจสำคัญกว่าโครงสร้างทางสังคมวัฒนธรรม หรือแค่อ้างว่าฝรั่งก็ทำและทำยิ่งกว่านี้

การตลาดที่พอดีพอเหมาะ โฆษณาที่ดีที่งดงาม ส่งเสริมหรือยกระดับจิตใจ หรือถึงขั้น*กระตุก*คนในสังคมให้กลับคืนสู่ความปกติ หรือแม้แต่เพียงโฆษณาสินค้าแบบพอดีมีอยู่มาก และน่าชื่นชมยกย่อง เพียงแต่เมื่อเราลงนั่งตรวจสอบนับดูแล้ว จึงรู้ว่าน้อยกว่ากันมากเสียจนไม่สามารถเกิดความเปลี่ยนแปลงใดๆได้ นอกจากได้ภาพลักษณ์ที่ดีของสินค้านั้นๆ เท่านั้น น้ำน้อยก็ต้องแพ้ไฟไปเป็นธรรมดา

รัฐบาลดูเหมือนจะหวังพึ่งให้แก้ปัญหานี้ได้ยาก

ต่อสภาพการณ์เช่นนี้ คำถามสามัญของเราคือ แล้วเราจะทำอย่างไรดีที่สุด

ประชาชนคนธรรมดาที่มองเห็นและเป็นห่วง มีแต่ต้องตั้งสติตั้งตัวให้มั่นไว้ ใคร่ครวญให้เห็นเหตุและผลอย่างเชื่อมโยงกัน แสวงหาสิ่งดีมาส่งเสริม มองให้เห็นสิ่งเลวที่เป็นพิษภัย รักษาจิตใจให้จงดี เอาฐานที่มั่นแรกและสุดท้ายของเราคือครอบครัวเป็นใหญ่ ภาวนาความเป็นศาสนิกชน ฝึกฝนอบรมตนจนเป็นเนื้อเป็นตัว หาเวลาแลกเปลี่ยนอภิปรายเรื่องรอบตัวกับสมาชิกที่ใกล้ชิด และให้แผ่เผยออกไปตามกาลเทศะอย่างเหมาะสม สัมพันธ์ใกล้ชิดกันยิ่งขึ้นในครอบครัว พบกับครูของลูกที่โรงเรียนสม่ำเสมอ ทำตัวเป็นแบบอย่างงดงามแก่ทุกคนเหมือนอย่างรุ่นพ่อแม่ของเรา ชี้แจงแสดงไขปมของปรากฏการณ์ที่เป็นพิษภัยอย่างมุ่งหวังการเปลี่ยนแปลง และควรทำความเข้าใจความถูกต้องจริงแท้ และความถูกต้องประจำยุคสมัยให้ดีชื่นชมยกย่องวิธีการตลาดที่ถูกต้อง โฆษณาที่ดีงาม ร่วมกันเรียกร้องการเปลี่ยนแปลงไปสู่สิ่งดี ไม่เพิกเฉยดูดาย ไม่ต้องรอหน่วยงาน ไม่ต้องรอให้เกิดเหตุร้ายกับสมาชิกในครอบครัวของเรา สร้างความแข็งแรงขึ้นภายในตัวเราทุกคน

เยาวชนคนหนุ่มสาวผู้ที่รู้สึกโดดเดี่ยวยิ่งต้องเข้มแข็ง มองให้เห็นครอบครัวใหญ่ที่แท้จริงว่า เป็นใครบ้าง ไม่อ้างความกดดันใด เหงาได้เป็นธรรมดา ทุกข์ก็ได้แต่

ต้อง***แป๊บ***เดียว เพราะไม่มีใครยืนยันได้ว่าทุกข์ของใครใหญ่หลวงกว่ากัน และต้องไม่แกล้งทนทรมานอยู่นั่นแล้ว ต้องเชื่อมโยงทุกข์ของเราไปยังภายนอกว่า มันมาด้วยกันไปด้วยกันให้ได้

โฆษณาผิดๆตามสื่อไม่ใช่ต้นเหตุปัญหาสังคม มันเป็นเพียงเครื่องมือที่ทรงพลังยิ่งอย่างหนึ่งของระบบการตลาดในวัฒนธรรมกระแสหลักร่วมสมัย ทุกฝ่ายต้องร่วมแก้ไขให้พอดีเสีย อาการป่วยไข้ทางศีลธรรมของสังคมก็เบาขึ้นเยอะ ***จำเลย***ที่๑ของคดีนี้จะยอมรับสารภาพหรือไม่ไม่เป็นไร

หากเราต้องสามารถพึ่งตนเองได้

จาก **สยามรัฐ สัปดาห์วิจารณ์** ฉบับที่๑๕-๒๑ ตุลาคม พ.ศ.๒๕๔๗

1. ศัพท์และวลี

จอม	ว.	最，特别
ยั่ว	ก.	挑逗，勾引
สวาท	ก.	喜爱，乐意
แชมพู	น.	香波，洗发剂（champoo）
เตลิด	ก.ว.	溃散，四散
ทอดสะพาน	ก.	架桥，搭桥；（转）（向对方）打开方便之门，献殷勤
รูด	ก.	捋，拉开
สะกิดใจ	ก.	刺激，触动心思；引起怀疑
ทัพหลวง	น.	大部队，主力部队

เล่ห์	น.	诡计，计谋，花招，伎俩
มนต์	น.	符咒，咒语，真言
คาถา	น.	符咒，咒语
กิเลส	น.	烦恼，欲望
ตัณหา	น.	爱，爱欲
ฉันใด	ว.	怎样，如何
เทรนด์	น.	倾向，趋势（trend）
เอเยนซี่	น.	代理处，代理商（agency）
ปัจเจก	ว.	单独，独自，个别
เปลือย	ว.	裸体，赤身，光着
อาภรณ์	น.	服装，服饰
ท้วม	ว.	稍稍，稍微
หวามใจ	ก.	心寒，心悸
กาเมสุมิจฉาจาร	น.	淫乱，色戒（五戒中的第三戒）
กะล่อน	ว.	油嘴滑舌，油腔滑调
ยางไม่อาย（ไม่ยางอาย）	ว.	不知羞耻，无耻
ไฮเปอร์	ว.	超出，过于，极度（hyper-）
ตลก	ว.	滑稽，诙谐，好笑
บ๊อง	ว.	痴呆，疯疯癫癫
จรรยาบรรณ	น.	行为准则

สะเปะสะปะ	ว.	杂乱无章，不整齐
ปฏิกูล	ว.	可恶，龌龊，污浊
สะเด็ด	ว.	很棒，极好
นู้ด	น.	裸体（nude）
ล่วงละเมิด	ก.	侵犯，触犯，违犯
ขาขึ้น	น.	上行
ส.ว.	น.	参议员（สมาชิกวุฒิสภา）
ถี่ยิบ	ว.	非常稠密
สรรพคุณ	น.	疗效，功效，效能，效力
ลูกโดด	น.	（射击）单发弹
ไตรมาส	น.	季度
แบรนด์	ก.	商标（brand）
กระพี้	น.	一种使树木腐朽的病名
นภาลัย	น.	天空，天际
ลักลั่น	ว.	混乱，杂乱无章，不规范
ราคจริต	น.	性欲；暴躁，狂躁
เจ้าเรือน	น.	脾性，性情
อนาจาร	ว.	猥亵，淫秽
สมยอม	ก.	两厢情愿
ทรยศ	ก.	叛变，变节，叛逆

ล้อมคอก	ก.	修建畜栏（或棚、牢、圈）
กำหนัด	น. ก.	情欲，性欲；性冲动
มิจฉาทิฐิ	น.	［佛教］邪见（八邪之一）
กระตุก	ก.	猛拉；猛有拽
แป๊บ	ว.	一会儿，片刻
จำเลย	น.	［法律］被告

2. ความรู้ภูมิหลัง

虚假广告的类型及其危害

广告作为一种传播经济信息的手段，对于促进生产、扩大流通、指导消费、活跃经济、方便生活、发展国际贸易都发挥着积极作用。但广告的繁荣也使虚假广告有了可乘之机，不仅严重损害消费者的利益，而且扰乱社会经济秩序。虚假广告已成为社会一大公害。

一、虚假广告的类型

虚假广告的表现形式多种多样，主要有以下几种类型。

（一）欺诈性广告

以牟取非法收入为目的，采用捏造、歪曲等手段进行宣传，从主观上欺骗消费者。这种类型的广告大致有以下几种表现：其一，广告促销产品时，把质量低劣、价格昂贵的产品说成是“价廉物美”；其二，采用不正当手法使记者在媒体上撰文宣传该厂家或其产品，无中生有；其三，信口雌黄，谎称其产品优质、历史悠久或是名牌；其四，在一些不具有权威性、非正式的商品博览会或质量评比会上花钱得“大奖”，虚张声势，愚弄消费者。

（二）夸大性广告

在广告中使用无科学根据的夸张词语，夸大产品功效，诱使消费者购买。如药物、化妆品广告中常见的“永不复发”“一次见效”等，均属此类。

（三）含糊其词的广告

这类广告词句往往刻意取巧，故意使用模棱两可、含糊不清的语言、文字、图像，使消费者产生误解。

（四）混淆视听的广告

这类广告通常有以下几种形式：产品的信息不全；挂羊头，卖狗肉；玩弄文字游戏。

（五）名人广告

利用公众崇拜名人的心理做广告。一些名人社会责任感差，不负责任，导致受众人群遭受损失。

二、虚假广告的危害

（一）危害消费者人身、财产安全

虚假广告以种种诱惑让消费者真伪难辨，消费者花钱买到的商品达不到声称的功效或是根本不能使用，甚至危及生命安全。

（二）降低广告可信度

虚假广告导致广告可信度降低，损害广告效果。

（三）资源配置不合理

虚假广告误导消费，助长大量质量低劣产品进入消费领域，因其质量不可靠、无效而被废弃不用或是提前淘汰。与此同时，虚假广告的制作和发布必然以合法广告的舍弃为代价。这一切都导致资源的不合理配置，造成社会资源的极大浪费。

（四）损害企业信誉

虚假广告短时期内或许会使企业牟取暴利。“一朝被蛇咬，十年怕井绳”，一旦真相曝光，企业就会信誉扫地，声名狼藉。

（五）有损社会公德

广告有时扮演的角色十分丑恶，表面上却依然是温馨可爱的美好形象，依然是消费者的贴心人。这种广告实在令人咬牙切齿。任其蔓延，便会败坏社会风气。

（六）扰乱市场秩序

公平竞争是现代市场经济的基本原则。虚假广告的滋生和蔓延，导致优而不胜、劣而不汰，市场竞争不公平，加剧市场混乱，严重扰乱市场秩序。

3. ข้อสังเกต

① สาวใหญ่สาวโตไฮโซไฮซ้อ：ไฮโซ是英语借词HISO，在泰国通常指上层阶级或大富豪；ซ้อ则是潮州话音译，在泰国通常指有华人血统的富有女人。ไฮโซไฮซ้อ 组合起来构成了重叠词，起到声色效果，在泰国通常指富有、高贵、有华人血统的女人。此处可以理解为“一波波的白富美”。

② ยิงลูกโดดแลกหมัดกัน：ลูกโดด意为射击术语的“单发弹”；หมัด意为“拳（头）”。此处意指快速取得效益。

③ ซิกมันด์ ฟรอยด์：西格蒙德·弗洛伊德（Sigmund Freud，1856—1939），奥地利精神病医生及精神分析学家，精神分析学派创始人。他于1856年5月6日生于摩拉维亚；1873年进入维也纳大学；1881年获医学博士学位。他深信神经症可以通过心理治疗而奏效。他曾用催眠治病，后创立精神分析疗法。他认为被压抑的欲望绝大部分属于性，性的扰乱是精神病的根本原因。他著有《性学三论》《梦的释义》《图腾与禁忌》《日常生活的心理病理学》《精神分析引论》《精神分析引论新编》等。他于1939年9月23日卒于英国。

④ สปายไวน์คูลเลอร์：Spy whine cooler 酒名。

4. จงตอบข้อถามเกี่ยวกับบทความดังต่อไปนี้

1） ทำไมโฆษณาสินค้าต้องมีโป๊หรือมีจีบกันไปหมด

2） ตามความเห็นของผู้เขียนบทความ　การโฆษณากับการตลาดมีความสัมพันธ์อย่างไร

3）ในสมัยปัจจุบัน เป้าหมายของการตลาดคืออะไร

4）ธุรกิจ วิสาหกิจหรือแม้แต่สถาบันที่ไม่แสวงหากำไรให้ความสำเร็จแก่การตลาดอย่างมากถึงขนาดไหน

5）เดี๋ยวนี้ เราเห็นเกือบทุกโฆษณาเต็มไปด้วยเนื้อเรื่องอะไรได้ บ้าง เหตุผลที่เกิดปรากฏการณ์เอย่างแพร่หลายช่นนี้เป็นเพราะอะไร

6）หลักการคิดแนวทางโฆษณาสินค้าสมัยนี้คืออะไร

7）วิกฤติปรัชญาการโฆษณาได้ให้ผลเสียอะไรบ้าง

8）แรงกระตุ้นที่ทำให้เส้นศีลธรรมเปลี่ยนไปและส่งผลทางสังคมมาจากไหน

9）ต่อสภาพการณ์ดังกล่าว ผู้เขียนบทความมีข้อเสนอที่ดีอะไรบ้าง

10）ในประโยค "จำเลยที่ ๑ ของคดีนี้จะยอมรับสารภาพหรือไม่ ไม่เป็นไร" นั้น คำว่า "จำเลยที่ ๑" ตามที่คุณเห็นหมายถึงใคร

14

สงครามในยุคเศรษฐกิจดิจิตัล

数字经济时代的战争

โลกเราในปัจจุบันนี้เป็นยุคโลกาภิวัตน์ (Globalization) ซึ่งก็คือสังคมที่เต็มไปด้วยข้อมูลและข่าวสาร และเป็นยุคที่เป็นโลกของการติดต่อสื่อสารที่ไร้พรมแดน ทั้งนี้เพราะเทคโนโลยี***สารสนเทศ***และการสื่อสารมีความทันสมัยก้าวหน้า สามารถเชื่อมต่อโลกทั้งโลกได้โดยไม่มีอุปสรรคด้านเวลาและระยะทางอีกต่อไป

จากการที่โลกได้ถูกเชื่อมต่อด้วยอินเตอร์เน็ตทำให้ผู้คนในโลกได้มีโอกาสแลกเปลี่ยนความรู้กันอย่างรวดเร็ว และทำให้องค์ความรู้ใหม่ๆของโลกเพิ่มขึ้นอย่างรวดเร็วเช่นกัน จนทำให้มีผลกระทบต่อรูปแบบการดำรงชีวิตและแนวคิดของผู้คนในโลกอย่างไม่เคยปรากฏมาก่อน

อิทธิพลของอินเตอร์เน็ตนั้นมีผลกระทบอย่างรุนแรงต่อการดำรงชีวิตของมนุษยชาติ ซึ่งเห็นได้จากอัตราการเติบโตของผู้ใช้อินเตอร์เน็ตทั่วโลกจะเพิ่มขึ้นเป็นสองเท่าทุกๆ ๖ เดือน และทะลุผ่าน ๕๐ ล้านราย ภายในเวลาเพียง ๕ ปี เท่านั้น ขณะที่จำนวนเครื่องรับโทรทัศน์ ๕๐ ล้านเครื่องแรกใช้ระยะเวลา ๑๓ ปี เครื่องคอมพิวเตอร์ PC ใช้เวลาถึง ๑๖ ปี เครื่องรับวิทยุ ๓๘ ปี และเครื่องโทรศัพท์บ้านนานถึง ๗๔ ปี

เมื่อความสามารถในการเข้าถึงอินเตอร์เน็ตนั้นมีความง่ายขึ้น สะดวกขึ้น รวดเร็วขึ้นจึงทำให้อินเตอร์เน็ตมีอิทธิพลอย่างมากต่อการเปลี่ยนแปลง***นวัตกรรม***ในช่วงต้นศตวรรษที่ ๒๑[1] ส่งผลให้เกิดแนวคิดและวิธีการทำงานที่เปลี่ยนแปลงไปอย่างมาก มีการร่วมมือกันอย่างกว้างขวาง ก่อให้เกิดการสร้างนวัตกรรมใหม่ๆร่วมกัน โดย

พวกเขาเหล่านั้นไม่เคยเห็นหน้ากันและไม่เคยอยู่ร่วมกันเลยด้วยซ้ำไป เกิดการทำงานเป็นกลุ่มในลักษณะชุมชน***ออนไลน์*** ทำให้เกิดเศรษฐกิจดิจิตัล (Digital Economy) ซึ่งถือว่าเป็นระบบเศรษฐกิจใหม่ ยกตัวอย่างเช่น amazon.com② ได้สร้างธุรกิจใหม่ขึ้น ในลักษณะไม่มีร้านอย่างเป็นตัวตน โดยมีร้านอยู่ในอินเตอร์เน็ตเท่านั้น แต่สามารถสร้างรายได้จากการขายสินค้าได้เป็นพันล้านเหรียญสหรัฐฯ ต่อปี

ยูทูป (YouTube) หรือ www.youtube.com③ เป็นอีกบริษัทที่เป็นองค์กรแบบไม่มีตัวตน (Virtual organization) ที่กำเนิดขึ้นเพื่อให้คนชุมชนออนไลน์สามารถที่จะแบ่งปันประสบการณ์ร่วมกันโดยการแลกเปลี่ยน***วิดีโอคลิป***บนเว็บของ YouTube อย่างไม่มีขอบเขต จนทำให้มีผลกระทบต่อความมั่นคงของหลายๆ ประเทศ ถึงขั้นในหลายประเทศเริ่มหันมาให้ความสำคัญในการจำกัดการเข้าถึง YouTube เช่น กองทัพสหรัฐอเมริกากำลังพิจารณาห้ามมิให้ทหารที่ปฏิบัติการในประเทศอิรักนำเอาวิดีโอคลิปที่เป็นภาพชีวิตประจำวันเพื่อให้ครอบครัวของตนรับชมผ่าน***เว็บไซต์*** YouTube เพราะกองทัพสหรัฐอเมริกาเกรงว่าความลับในการปฏิบัติการทางทหารจะ***รั่วไหล***เป็นต้น

อีกบริษัทหนึ่งที่มีลักษณะเดียวกันกับYouTube แต่เป็นการแลกเปลี่ยนรูปภาพบนเว็บคือ Flickr (www.flickr.com)④ โดยเว็บ Flickr ได้รับความนิยมอย่างแพร่หลายทั่วโลก และ Flickr เชื่อว่าคนยุคต่อไปจะใช้เว็บไซต์นี้เพื่อเก็บบันทึกภาพประวัติศาสตร์ของพวกเขาตั้งแต่เยาว์วัยจนตลอดชีวิต และขณะนี้ผู้คนบนชุมชนออนไลน์สามารถร่วม

กันสร้าง***สารานุกรม***ออนไลน์ที่เรียกว่า Wikipedia (www.wikipedia.org)⑤ ซึ่งในปัจจุบันนี้ข้อมูลใน Wikipedia มีขนาดใหญ่กว่า Encyclopedia ด้วยซ้ำไป โดยจากสถิติเว็บที่กล่าวถึงเหล่านี้มีผู้คนเข้าถึงนับพันล้านครั้งต่อวัน

การเปลี่ยนแปลงของโลกอย่างรวดเร็วและไม่เคยเกิดขึ้นมาก่อนเช่นนี้ นอกจากจะทำให้เกิดการเปลี่ยนแปลงในด้านระบบเศรษฐกิจและสังคมแล้ว ยังทำให้เกิดการเปลี่ยนแปลงอย่างรุนแรงในด้านความมั่นคงของชาติอีกด้วย จึงทำให้แนวคิด

ด้านยุทธศาสตร์และยุทธวิธีทางทหารและความมั่นคงของชาติแบบเดิมนั้น อาจจะไม่สามารถนำมาใช้ต่อไปได้อย่างมีประสิทธิภาพในอนาคต เพราะรูปแบบการสงครามมีการเปลี่ยนแปลงไป เช่น การใช้อินเตอร์เน็ตโจมตีระบบสารสนเทศขององค์กรภาครัฐจนไปถึงการใช้อินเตอร์เน็ตปล่อยข่าวโจมตีรัฐบาล จึงทำให้เกิดหลักการสงครามใหม่ที่เรียกว่า "***การปฏิบัติการข่าวสาร***" หรือ "***Information Operations***"⑥ ซึ่งถือได้ว่าเป็นหลักสงครามรูปแบบใหม่ที่เกิดจากการเปลี่ยนแปลงของเทคโนโลยีและการ-เชื่อมต่อของโลกที่ไม่มีพรมแดนนั่นเอง

ประเทศไทยในปัจจุบันมีจำนวนผู้ใช้อินเตอร์เน็ตสูงถึง ๑๒ ล้านคน โดยมีการ-คาดว่าจะเพิ่มเป็น ๑๕ ล้านคน ภายใน ๑ ปีข้างหน้า และยังเห็นได้อย่างชัดเจนว่าในปัจจุบันกลุ่มประชาชนที่ใช้อินเตอร์เน็ตส่วนใหญ่เป็นกลุ่มคนที่มีพลังอำนาจและมีอิทธิพลในด้านแนวความคิดของสังคมและเป็นกลุ่มคนที่มีความรู้ เป็นกลุ่มที่ตอบรับกับข้อมูลข่าวสารได้อย่างรวดเร็ว จึงเป็นกลุ่มเป้าหมายที่สำคัญของฝ่ายตรงข้าม โดยฝ่ายตรงข้ามพยายามแย่งมวลชนกลุ่มนี้จากรัฐบาล

จากการที่มีจำนวนผู้ใช้อินเตอร์เน็ตสูงขึ้นนั้น มีทั้งข้อดีและข้อเสีย ข้อดีคือประชาชนในชาติสามารถพัฒนาความรู้ด้วยการค้นคว้าหาข้อมูลจากอินเตอร์เน็ตซึ่งถือว่าเป็นห้องสมุดที่ใหญ่ที่สุดของโลก แต่ในทางกลับกันก็มีความเสี่ยงที่ในอดีตไม่เคยเกิดขึ้น คือการใช้อินเตอร์เน็ตซึ่งถือว่าเป็นทรัพยากรสาธารณะเพื่อการทำลายล้าง เช่น การ***โพสต์***วีดีโอคลิปลงบนเว็บไซต์ YouTube เพื่อหมิ่นสถาบันชาติ ศาสนา และพระ-มหากษัตริย์ ซึ่งถือได้ว่าเป็นภัยต่อความมั่นคงของชาติ แต่ก็ยากยิ่งในการควบคุม

ตัวอย่างที่น่าสนใจที่แสดงถึงอิทธิพลของข้อมูลข่าวสาร และสื่อต่อประชาชนในประเทศไทยคือการออกอากาศเพื่อโจมตีรัฐบาลผ่านระบบทีวีดาวเทียมโดยการส่งสัญญาณภาพและเสียงผ่านระบบสายใยแก้วนำแสงใต้น้ำ (Submarine fiber optic cable)⑦ ออกนอกประเทศและใช้สัญญาณดาวเทียมของต่างประเทศถ่ายทอดกลับมาที่ประเทศไทยเพื่อหลีกเลี่ยงความผิดทางกฎหมาย และยังอนุญาตให้ผู้ประกอบการ***เคเบิล***

ทีวีท้องถิ่นในประเทศไทยนำสัญญาณไปถ่ายทอดต่อ และให้ประชาชนทั่วไปสามารถรับชมผ่านทางเว็บไซต์ได้ ซึ่งได้รับความสนใจต่อประชาชนเป็นอย่างมาก

แม้ว่า***กรมประชาสัมพันธ์***จะพยายามหยุดการกระทำในลักษณะดังกล่าวด้วยข้อหาขัดต่อรัฐธรรมนูญและกฎหมายควบคุมวิทยุโทรทัศน์โดยการฟ้องต่อศาล-ปกครอง แต่ในที่สุดศาลปกครองก็ได้มีคำสั่งให้ความคุ้มครอง โดยให้เหตุผลว่า เพื่อ**คุ้มครองสิทธิขั้นพื้นฐานของประชาชน ในการรับรู้ข้อมูลข่าวสารสาธารณะจาก**สื่อมวลชน ซึ่งถือว่าเป็นการต่อสู้ที่ใช้ความรู้ด้านสื่อและเทคโนโลยีสื่อสารโทรคมนาคมโดยปราศจากกำลังทางทหาร

สงครามรูปแบบใหม่ที่เคยเกิดขึ้นในประเทศไทยและก่อให้เกิดความสับสนแก่ประชาชนมาแล้ว เช่น การส่งข้อความสั้นหรือ ***SMS*** เพื่อสร้างข่าวสารบิดเบือนความจริง การจุดระเบิดด้วยโทรศัพท์เคลื่อนที่ การสร้างเว็บไซต์ต่อต้านรัฐบาลเพื่อลดความน่าเชื่อถือของประชาชน และการโพสต์ข้อความบนเว็บ***บอร์ด***เพื่อโจมตีรัฐบาลเป็นต้น เหตุการณ์ที่ยกตัวอย่างล้วนแล้วแต่ยากในการควบคุม จึงเป็นการ***ตอกย้ำ***ภัยคุกคามที่เกิดจากการที่รัฐบาลขาดความสามารถในการจัดการระบบสารสนเทศและระบบสื่อสารของชาติ

จากที่กล่าวมาข้างต้น ทำให้เห็นอย่างชัดเจนว่าความสามารถในการจัดการและควบคุมระบบสารสนเทศและระบบสื่อสาร เป็นปัจจัยที่สำคัญยิ่งในสงครามรูปแบบใหม่ที่กำลังเกิดขึ้นทั่วโลก เพราะถ้าขาดการจัดการที่ดีและไม่สามารถควบคุมได้แล้วย่อมจะส่งผลให้ความมั่นคงของชาติมีความ***เปราะบาง***และทำให้รัฐบาลไม่สามารถควบคุมสถานการณ์ใดๆ ได้ในที่สุด

การสร้างอำนาจการต่อรอง (Bargaining Power)⑧ ด้านสารสนเทศและการ-สื่อสาร จึงเป็นยุทศาสตร์เชิงรุกที่สำคัญของประเทศเป็นอย่างยิ่ง ด้วยเหตุผลนี้ กองทัพและหน่วยงานที่เกี่ยวข้องกับความมั่นคง จะต้องมีแนวคิดในการจัดการและควบคุมการใช้ทรัพยากรเทคโนโลยีสารสนเทศและการสื่อสารของชาติอย่างมีประสิทธิภาพ

ในส่วนของกองทัพ กองทัพจะต้องมีความสามารถในการวางแผนด้านการสื่อสารเชิงกลยุทธ์สู่ประชาชนโดยอาศัยสื่อที่หลากหลายที่จะส่งมอบสารสนเทศที่มี**ประสิทธิภาพสู่ประชาชน โดยสารสนเทศที่ส่งมอบให้ประชาชนกลุ่มเป้าหมายนั้น**อาจจะมีการปรับแต่งโดยใช้การปฏิบัติการจิตวิทยาการประชาสัมพันธ์ การต่อต้านโฆษณาชวนเชื่อ รวมถึงการรักษาความปลอดภัยของสารสนเทศก่อนที่จะนำเสนอสู่สาธารณชน

การเปลี่ยนแปลงของโลกเราในขณะนี้มีการเปลี่ยนแปลงด้วยอัตราเร่ง จนทำให้ประชาชนของบางประเทศที่มีความรู้ไม่ทันกับการเปลี่ยนแปลง ใช้เวลาส่วนใหญ่กับการต่อต้านกับการหลั่งไหลของคลื่น***ที่ถาโถม***เข้ามาทุกรูปแบบไม่ว่าจะเป็นการต่อต้านการเชื่อมต่อของโลกที่ทำให้เกิดโลกาภิวัตน์ (Globalization) โดยพวกเขาเชื่อว่าการต่อต้านของเขาจะสามารถ***ต้านทาน***ระเบียบโลกใหม่ได้ โดยพวกเขาลืมคิดไปว่าการเปลี่ยนแปลงของโลก เป็นเรื่องปกติที่เคยเกิดขึ้นมาแล้วตลอดเวลา เพียงแต่จะปรับตัวอย่างไร? ....และอยู่กับมันอย่างไร?

ดังนั้น คนในชาติต้องถูกปลูกฝังให้เข้าใจกับการเปลี่ยนแปลงของโลก ต้องรู้ว่าสิ่งใดที่ควรเชื่อหรือไม่ควรเชื่อ และต้องรู้ว่าสิ่งใดที่ไม่สามารถต้านทานได้ แต่อาจสามารถชนะได้ด้วยความรู้และปัญญา (Knowledge and Wisdom)

จาก **ยุทธโกษ** ประจำเดือนกรกฎาคม-กันยายน ๒๕๕๐

1. ศัพท์และวลี

ดิจิตัล	น.	数字，数字式（digital）
สารสนเทศ	น.	情报，信息

นวัตกรรม	น.	改革，创新
ออนไลน์	ก.	在线（online）
วิดีโอคลิป	น.	视频
เว็บไซ	น.	站点，网页（Website）
รั่วไหล	ก.	泄漏，泄露，走漏
สารานุกรม	น.	百科全书，百科词典
โพสต์	ก.	发布，公布，宣布（post）
เคเบิล	น.	电缆（cable）
กรมประชาสัมพันธ์	น.	民众联络厅
SMS	น.	（手机）短信，短消息；ก.（用手机给某人）发短信（short message service）
บอร์ด	น.	布告栏
ตอกย้ำ	ก.	钉，铆，捶打；（引申为）强调
เปราะบาง	ว.	易折，易断
ถาโถม	ก.	俯冲
ต้านทาน	ก.	抵抗，抗拒

2. ความรู้ภูมิหลัง

什么是数字化战争

数字化战争是指在整个战斗空间中运用现代信息技术来及时获取、交换和使用

数字化信息，并分别满足决策者（指挥员）、战斗人员和战斗支援人员的需要。因此，数字化战争意味着战争模式的改变。也就是说，敌我双方可能在未进行实质性接触的情况下，通过对敌方数字化系统的破坏或干扰而使敌方部队陷入瘫痪或混乱，从而实现“不战而屈人之兵”的千古梦想，“兵不血刃”就结束战争。

数字化战争是数字化部队在数字化战场进行的信息战。它是以信息为主要手段、以信息技术为基础的战争，是信息战的一种形式。数字化战争的特点是信息装备数字化、指挥控制体系网络化、战场管理一体化、武器装备智能化、作战人员知识化和专业化。

所谓数字化部队，即以数字化技术、电子信息装备和作战指挥系统以及智能化武器装备为基础，具有通信、定位、情报获取与处理、数据存储与管理、战场态势评估、作战评估与优化、指挥控制、图形分析等能力，实现指挥控制、情报侦察、预警探测、通信、电子对抗一体化，适应未来信息作战要求的新一代作战部队。

数字化战场则是数字化部队实施作战的重要依托。所谓数字化战场，就是以数字化信息为基础，以战场通信系统为支撑，实现信息收集、传输、处理自动化和网络一体化的信息化战场。

3. ข้อสังเกต

① เมื่อความสามารถในการเข้าถึงอินเตอร์เน็ตนั้นมีความง่ายขึ้น สะดวกขึ้น รวดเร็วขึ้น จึงทำให้อินเตอร์เน็ตมีอิทธิพลอย่างมากต่อการเปลี่ยนแปลงนวัตกรรมในช่วงต้นศตวรรษที่ ๒๑：由于上网变得更加简易、方便、快捷，英特网对21世纪初的创新性变化具有重要的影响。

② Amazon.com：亚马逊网站，成立于1995年，是全球电子商务的成功代表。在亚马逊网站上读者可以买到近150万种英文图书、音乐和影视产品。自1999年开始，亚马逊网站开始扩大销售的产品门类。现在除了图书和音像影视产品外，亚马逊网站也同时销售服装、礼品、儿童玩具、家用电器等20多个门类的商品。2003年亚马逊网站的销售额达到40亿美元，其中图书销售额可以占到全美图书销售总额

的8%—9%。

③ ยูทูป (YouTube) หรือ www.youtube.com：一个可供网友下载观看及分享短视频的网站，至今已成为同一类型网站中的翘楚，并造就了多位网上名人，激发了网上创作。

④ Flickr (www.flickr.com)：一个以图片服务为主的网站，提供全面、一流、高效的图片服务，包括图片的上传与存放、分类、加标签、图片搜索等。其重要特点就是基于社会网络人际关系的拓展与内容的组织。

⑤ Wikipedia (www.wikipedia.org)：中文译名为"维基百科"或"自由的百科全书"。它是一种百科全书，是一个自由、免费、内容开放的百科全书协作计划，参与者来自世界各地，目前已经成长为全球最大的网络百科全书。百度百科创作模式的原型也是维基百科。维基百科全书是一部用不同语言写成的百科全书。该计划自2001年1月15日开始上线。截至2006年1月，英文版维基百科已有超过100万个条目，中文维基百科也有超过15万个条目，而所有212种语言的版本共有大约250万个条目。大部分网页都可以由任何人使用浏览器进行修改。维基百科的普及也促成了其他计划（如维基新闻、维基教科书等计划）的产生，但也造成了对这些所有人都可以编辑的内容的准确性的争议。

⑥ "การปฏิบัติการข่าวสาร" หรือ "Information Operations"：信息战。

⑦ สายใยแก้วนำแสงใต้น้ำ (Submarine fiber optic cable)：海底光缆。

⑧ อำนาจการต่อรอง (Bargaining Power)：相应的实力。

4. จงตอบข้อถามเกี่ยวกับบทความดังต่อไปนี้

1） ทำไมว่า โลกเราในปัจจุบันนี้เป็นโลกาภิวัตน์

2） เพราะเหตุไรแนวคิดด้านยุทธศาสตร์และยุทธวิธีทางทหารและความมั่นคงของชาติแบบเดิมนั้นอาจไม่สามารถนำมาใช้ต่อไปได้อย่างมีประสิทธิภาพใน

อนาคต

3） ในปัจจุบัน กลุ่มประชาชนที่มาใช้อินเตอร์เน็ตส่วนใหญ่เป็นกลุ่มคนประเภทไหนบ้าง

4） การที่มีจำนวนผู้ใช้อินเตอร์เน็ตสูงขึ้นนั้นมีข้อเสียอะไรบ้าง

5） ทำไมว่า ความสามารถในการจัดการและควบคุมระบบสารสนเทศและระบบสื่อสารเป็นปัจจัยที่สำคัญยิ่งในสงครามรูปแบบใหม่

6） ตามที่คุณเห็น ผู้เขียนมีทัศนะอย่างไรต่อโลกาภิวัตน์

5. สิ่งละอันพันละน้อยด้านภาษา

借　词

借词也叫“外来词”，指的是从外族语言里借来的词。

如果以“俯拾皆是”来形容以往泰语中英语借词的存在，那么今天以“铺天盖地”来形容泰语中英语借词的存在毫不为过。以“สงครามในยุคเศรษฐกิจดิจิตัล”（数字经济时代的战争）一文为例：文章的标题首先就出现了英语借词ดิจิตัล（digital），即“数字化”之意。全文出现的英语借词一共有17个之多，包括ดิจิตัล、เทคโนโลยี、อินเทอร์เน็ต、โทรทัศน์、คอมพิวเตอร์、ออนไลน์、วิดีโอ、คลิป、เว็บ、เว็บไซต์、encyclopedia（百科全书）、โพสต์、ทีวี、เคเบิล、SMS、โทรศัพท์和เว็บบอร์ต等。其中อินเทอร์เน็ต反复出现了12次；ออนไลน์、เว็บไซต和เทคโนโลยี都出现了3次或4次。

随着信息时代的迅猛发展和全球化时代的到来，英语借词洪水泄闸般涌入现代泰语的情形只会加剧，不会减轻。泰国报刊上之所以不断涌现新的英语外来词，原因是多方面的。

第一，构造新词的速度已远远赶不上科学技术的发展速度。泰国皇家学术院曾作出规定：在确定一个新的外来词汇时，应首先从泰语词汇中组合。如果在泰语词汇中找不到合适的或与原词意思相同的词，与此同时该外来词本身又已经被广泛地接受了，这种情况下方可使用音译法。然而，进入信息时代的今天，泰语中的英语借词与早期借词和商业时代借词已有所不同，原封不动直接借用英语外来词的情况已经屡见不鲜。以下是在泰国最严肃的刊物之一——《沙炎叻周评》上收集的一些实例：

- ▲ แต่ล่าสุด รัฐบาลไทยก็ไฟเขียวในการให้ส่งกองร้อยทหารช่างผสมไปช่วยฟื้นฟูประเทศบุรุนดีในแอฟริกาตามคำร้องขอของ UN
- ▲ ชาวบุรุนดีที่มีเชื้อชาติ Hutu, Tutsi และ Pygmy...
- ▲ นอกจากนี้ อิหร่านยังอาจจะปิดช่องแคบ Hormuz และอาจหยุดผลิตน้ำมันป้อนตลาดโลก
- ▲ สำหรับภารกิจของกองร้อยทหารช่างไทย/บุรุนดีจำนวน ๑๗๕ คนนี้ คือ ป้อมสนามในเมือง Bujumbura

上述4个实例中，国名Burundi和Iran都按照泰语的拼音规则分别转换成了 บุรุนดี 和อิหร่าน，那为何UN、Hutu（胡图族）、Tutsi（图西族）、Pygmy（俾格米人）、Hormuz（霍尔木兹）和Bujumbura（布琼布拉）却原封不动呢？很显然，文章作者可以从泰语词典中找到现成的国名，而罕见的专有名词和地名却无从查阅。因此，与其按照拼音规则逐字转换，既费时又费事，不如直接拿来，既省时又省事，何乐而不为？然而，如果在一篇文章或一个句子里对外来词的借用规则不统一，势必给规范泰语带来严重挑战。上述情况也从侧面说明：借词已在某种程度上“泛滥”。

第二，相比较而言，英语借词概念清楚、简单明了，易于直接准确地传递信息，可以避免因转换不当引起读者误解的情况。当泰语中无对等词来表达新概念时，直接借用是最省事不过的了。上述实例都属于这种情况。

第三，为了营造特定的文化气氛。“สงครามในยุคเศรษฐกิจดิจิคัล”一文主要谈及信息时代英特网的使用所带来的时空的改变以及现代战争形式的转变。其中网

络词汇的大量使用和高频率复现，烘托出了人类社会信息化的氛围：看不见硝烟炮火，战争却在悄然无声中进行。

当然，除了上述原因外，也不能排除一些人由于崇尚英语而把许多泰语词汇束之高阁的情况，客观上也使英语借词得以迅速传播推广。

第三单元

文化、教育

15

มีวินัยและสร้างสรรค์

遵纪守法　创新思维

ราชกิจจานุเบกษา[1] เผยแพร่ระเบียบกระทรวงศึกษาธิการว่าด้วยการไว้***ทรงผม***ของนักเรียน พ.ศ. 2563 โดยที่เป็นการสมควรกำหนดข้อปฏิบัติและข้อห้ามปฏิบัติในการไว้ทรงผมของนักเรียน เพื่อให้เกิดความชัดเจนในการดำเนินการของสถานศึกษามีความเหมาะสมกับสภาวการณ์ปัจจุบัน และ การปฏิบัติตนของนักเรียนเป็นไปด้วยความถูกต้อง รวมทั้งเป็นการคุ้มครอง***ศักดิ์ศรี***ความเป็นมนุษย์

สาระสำคัญ นักเรียนต้องปฏิบัติตนเกี่ยวกับการไว้ทรงผมดังนี้ นักเรียนชายจะไว้ผมสั้นหรือผมยาวก็ได้กรณีไว้ผมยาวด้านข้าง ด้านหลังต้องยาวไม่เลย***ตีนผม*** ด้านหน้าและกลางศีรษะให้เป็นไปตามความเหมาะสมและมีความเรียบร้อย ส่วนนักเรียนหญิงจะไว้ผมสั้นหรือผมยาวก็ได้ กรณีไว้ผมยาวให้เป็นไปตามความเหมาะสมและรวบให้เรียบร้อย

ข้อห้ามคือ ***ดัดผม ย้อมสี***ผมให้ผิดไปจากเดิม ไว้***หนวด***หรือ***เครา*** และการกระทำอื่นใดซึ่งไม่เหมาะสมกับสภาพการเป็นนักเรียน เช่น การตัดแต่งทรงผมเป็นรูปทรงสัญลักษณ์หรือเป็นลวดลาย ระเบียบดังกล่าว จะมิให้นำมาใช้บังคับแก่นักเรียนที่มีเหตุผลความจำเป็นในการปฏิบัติตามหลักศาสนาของตนหรือกิจกรรมของสถานศึกษา ให้หัวหน้าสถานศึกษา เป็นผู้มีอำนาจพิจารณาอนุญาตภายใต้ข้อบังคับให้สถาน

ศึกษาโดยความเห็นชอบของคณะกรรมการสถานศึกษา หรือคณะกรรมการบริหารโรงเรียน วางระเบียบเกี่ยวกับการไว้ทรงผมของนักเรียน ที่มีความเฉพาะเจาะจง

ได้เท่าที่ไม่ขัดหรือแย้งกับระเบียบนี้และการดำเนินการ ให้ยึดถือหลักความเหมาะสมในการพัฒนาบุคลิกภาพที่ดีของนักเรียนและการมีส่วนร่วมของนักเรียน สถานศึกษา ผู้ปกครอง และชุมชนท้องถิ่น

นายณัฏฐพล ทีปสุวรรณ รัฐมนตรีว่าการกระทรวงศึกษาธิการ กล่าวว่า ปัจจุบันโลกเปลี่ยนแปลงรวดเร็ว หลายประเทศเห็นความสำคัญเรื่องอิสระทางความคิดของนักเรียน แต่ตนคิดว่าเรื่องนี้บริหารจัดการได้ ว่าจะออกกฎระเบียบอะไรมาสร้างระเบียบวินัยสำหรับนักเรียน

" ถ้านักเรียนผมยาว แต่รักษาระเบียบวินัยทุกอย่าง โรงเรียนจะรับได้หรือไม่ ส่วนนักเรียนผมสั้น แต่ไม่มีวินัยในการเข้าเรียนไม่มีความรับผิดชอบ โรงเรียนจะแก้ปัญหาอย่างไร"

ถือเป็นคำถามที่ท้าทาย

ทั้งนี้ ประเด็นเรื่องทรงผมนักเรียนเป็นข้อถกเถียงมานาน ทั้งเห็นด้วยและไม่เห็นด้วย ด้วยเหตุผลต่างๆทั้งเรื่องของ***สุขลักษณะ*** ความเหมาะสมกับวัยที่ต้องการ ให้สนใจการเรียนมากกว่า***รูปลักษณ์***

กระนั้น เหนืออื่นใดคือ สถานศึกษาเป็นสถานที่สำคัญในการสร้างคนให้มีระเบียบวินัย รักษา***กติกา***ในการอยู่ร่วมกันของสังคม ฉะนั้น การเรียนการสอนในโรงเรียนจำเป็นต้องปลูกฝังให้เด็กมีวินัยตั้งแต่เล็กๆ ซึ่งมีความสำคัญ เพื่อให้เติบโตมาเป็นบุคคลากรที่มีคุณภาพสำหรับประเทศชาติ

โดยเฉพาะในสถานการณ์วิกฤติ เช่นช่วงของการแพร่ระบาดของเชื้อไวรัสโควิด-19 ที่ผ่านมา สะท้อนความสำคัญของการมีวินัยของคนในชาติ ที่ทำให้ตัวเลขการติดเชื้อไวรัสโควิด-19 ชะลอตัวลงอย่างเห็นได้ชัดนั้น มาจากการมีวินัยในการรักษา***สุขอนามัย***ส่วนบุคคลของประชาชน

แม้จะยังมีภาพการ***เบียดเสียดยัดเยียด*** แต่เป็นปัญหาเรื่องของการจัดการเสียมากกว่าความตั้งใจที่จะฝ่าฝืนกติกา โดยไม่คำนึงถึงความปลอดภัย

ฉะนั้น จึงเป็นเรื่องที่ระบบการศึกษาจะต้องวางรากฐานเรื่องวินัยให้***เข้มข้น*** โดยต้องรักษาสมดุลไปกับการส่งเสริมให้เด็กมีความคิดสร้างสรรค์ เพื่อพัฒนาประเทศชาติ

ในขณะเดียวกัน เมื่อ***เบ้า***หลอมเรื่องวินัยและความคิดสร้างสรรค์มาอย่างดีแล้ว ระบบราชการเองก็ต้องปรับให้สอดรับกับการเปลี่ยนแปลงของโลกด้วย เพราะต่อให้สร้างเด็กมีดีมีคุณภาพ มีวินัยและสร้างสรรค์แค่ไหน โตขึ้นเข้ามาสู่แวดวงราชการแล้วมาเจอระบบ "ได้ครับพี่ ดีครับผม เหมาะสมครับท่าน" ก็เอวัง②

จาก**สยามรัฐออนไลน์** 13/05/2020 บทบรรณาธิการ

1. ศัพท์และวลี

ทรงผม	น.	发型
ศักดิ์ศรี	น.	尊严，荣誉，光耀，光彩
ตีนผม	น.	发根，发脚
ดัดผม	ก.	烫发
ย้อมสี	ก.	染色
หนวด	น.	胡子
เครา	น.	鬓，鬓角
สุขลักษณะ	น.	卫生状况
รูปลักษณ์	น.	相貌，外貌，外形
กติกา	น.	规则，规章
สุขอนามัย	น.	健康，安康，保健

เบียดเสียด	ก.	挤，拥挤，水泄不通
ยัดเยียด	ก.	拥挤，水泄不通；强加，强迫接受
เข้มข้น	ว.	强，烈，猛；强硬，强有力
เบ้า	น.	铸模，熔罐；［眼］眶
เอวัง	ก.	完，完毕；终，结，结束

2. ความรู้ภูมิหลัง

创造性思维

创造性思维是一种在探索未知事物的过程中既有开创性又高级复杂的思维，是一种有自己的特点、具有创见性的思维，是扩散思维和集中思维的辩证统一，是创造想象和现实定向的有机结合，是抽象思维和灵感思维的对立统一。创造性思维是指有主动性和创见性的思维。通过创造性思维，不仅可以揭示客观事物的本质和规律性，而且能在此基础上产生新颖、独特、有社会意义的思维成果，开拓人类知识的新领域。

广义的创造性思维是指思维主体有创见、有意义的思维活动。每个正常人都有这种创造性思维。狭义的创造性思维是指思维主体发明创造、提出新的假说、创见新的理论、形成新的概念等探索未知领域的思维活动。这种创造性思维是少数人才有的。创造性思维是在抽象思维、形象思维的基础上和相互作用中发展起来的。抽象思维和形象思维是创造性思维的基本形式。除此之外，创造性思维还包括扩散思维、集中思维、逆向思维、分合思维、联想思维。

扩散思维是从所给的信息中产生信息，着重点是从同一来源中产生各种各样为数众多的输出，并且很可能发生移转作用。集中思维是从所给的信息中产生逻辑的结论，其着重点是产生独有的或者习惯上所接受的最好的成果。逆向思维是把思维方向逆转过来，用表面看来似乎不可能并有的两条对立的思路同时去寻找解决问题之答案的形式。分合思维是一种把思考对象在思想中加以分解或合并，然后获得一种新的思维产物的思维方式。联想思维是一种把已经掌握的知识与某种思维对象联系起来，从其相关性中发现启发点从而获取创造性设想的思维形式。

创造性思维是创造成果产生的必要前提和条件，创造则是历史进步的动力。创造性思维能力是个人推动社会前进的必要手段，特别是在知识经济时代，创造性思维的培养训练显得更为重要。其途径是丰富知识结构、培养联想思维的能力、克服习惯思维对新构思的抗拒性，培养思维的变通性，加强讨论，经常进行思想碰撞。

创造性思维具有十分重要的作用和意义。其一，创造性思维可以不断增加人类知识的总量；其二，创造性思维可以不断提高人类的认识能力；其三，创造性思维可以为实践活动开辟新的局面；其四，创造性思维的成功又可以激励人们去进一步进行创造性思维。

3. ข้อสังเกต

① ราชกิจจานุเบกษา：政府公报。

② **ต่อให้สร้างเด็กมีดีมีคุณภาพ มีวินัยและสร้างสรรค์แค่ไหน โตขึ้นเข้ามาสู่แวดวงราชการแล้ว มาเจอระบบ “ได้ครับพี่ ดีครับผม เหมาะสมครับท่าน” ก็เอวัง：**

此处嘲讽了泰国威权制度下官场的固有价值观——领导说一不二，下属无原则地奉承和讨好上司或长官。全句的意思：即便培养出多么高素质、守纪律、有创造力的学生，他们一旦进入公务员体制，处在凡事都是“没问题，长官!”“好的，我遵命！”“您绝对正确!”这样的氛围里，那（我们的教育）就完蛋了。

4. จงตอบข้อถามเกี่ยวกับบทความดังต่อไปนี้

1）ตามราชกิจจานุเบกษาที่เผยแพร่ระเบียบกระทรวงศึกษาธิการว่าด้วยการไว้ทรงผมของนักเรียน พ.ศ. 2563 นั้น นักเรียนไทยต้องปฏิบัติตนอย่างไร

2) ข้อห้ามสำหรับนักเรียนไทยคืออะไร

3) ข้อห้ามดังกล่าวมีข้อยกเว้นไหม ถ้ามี จะทำอย่างไร

4) ตามหัวหน้าของกระทรวงศึกษาธิการ การออกกฎระเบียบอะไรเช่น ราชกิจจานุเบกษาว่าด้วยการไว้ทรงผมนั้นมีวัตถุประสงค์อะไร

5) ตามความเห็นของผู้เขียนบทความ การมีวินัยกับการมีความสร้างสรรค์ของนักเรียน อย่างไหนสำคัญกว่า

16

ยกระดับคุณภาพชีวิตและจิตใจครู

提升教师的生活和精神品质

"ครูคือปัจจัยสำคัญ ในการยกระดับคุณภาพชีวิตของประชาชน ครูคือมนุษย์ที่สามารถสร้าง***แรงบันดาลใจ***ให้เด็กนักเรียนที่จะพัฒนา***คุณลักษณะ***ของตนเอง และสร้างค่านิยมต่าง ๆ ให้เกิดขึ้น ไม่มีเทคโนโลยีใดๆสามารถมาแทนที่ครูได้ ด้วยเหตุผลดังกล่าว นั่นคือว่าทำไมครูที่ดีจึงสามารถเปลี่ยนแปลงชีวิตลูกศิษย์ได้ด้วยการพัฒนาพวกเขาให้เป็นพลเมืองที่ดี และมีความสามารถ ทั้งในระดับชาติ และระดับเป็นพลเมืองของโลกด้วย" ***พระราชดำรัส***สมเด็จพระกนิษฐาธิราชเจ้ากรมสมเด็จพระเทพรัตนราชสุดาฯ สยามบรมราชกุมารี① ในการพระราชทานรางวัลสมเด็จเจ้าฟ้ามหาจักรี ครั้งที่ 3 ปี 2562

ในทุกๆปีที่วันครูแห่งชาติ คือวันที่ 16 มกราคมเวียนมา***บรรจบ*** ประเด็นที่สังคมมักจะถูก***หยิบยก***มาพูดถึงนอกจากการระลึกถึงพระคุณของครูแล้วก็คือ เรื่องของการยกระดับคุณภาพชีวิตของครูเพื่อเพิ่มประสิทธิภาพในการทำหน้าที่ ไม่ว่าจะเป็นในเรื่องของค่าตอบแทนและแก้ไขปัญหาต่างๆไม่ว่าจะเป็นสวัสดิการ หรือหนี้สินครู

ทั้งนี้เนื่องจากอาชีพครูนั้นได้รับการคาดหวังให้เป็แบบอย่างที่ดี เปรียบเป็น "***แม่พิมพ์***แห่งชาติ" ซึ่งมีความหมายลึกซึ้ง ถึงการสร้างผลงานที่ดีจะต้องมี***แม่แบบ***หรือแม่พิมพ์ที่ดี ในที่นี้ไม่ใช่การสร้างวัตถุ หากแต่เป็นการสร้างคนให้มีคุณภาพ ด้วยอาชีพครู ให้การเรียนรู้เพื่อการดำเนินชีวิตที่รับช่วงต่อมาจากครอบครัว พ่อแม่ ผู้-

ปกครอง

ดังนั้น การจะสอนให้นักเรียนนักศึกษาเป็นคนดี มีคุณภาพของสังคมและประเทศชาติได้ ครูจะต้องประพฤติตนเป็นแบบอย่างที่ดีด้วยทั้งในการปฏิบัติงานสอน งานส่งเสริมองค์กร การดำเนินชีวิตประจำวันและเรื่องของคุณธรรม ไม่แตกต่างจาก ***พระสงฆ์***ทีเดียว จะเห็นได้ว่า ในอดีตเมื่อมีข่าวในแง่ลบเกี่ยวกับครูที่เข้าไปเกี่ยวพัน จะได้รับกระแสกดดันจากสังคมค่อนข้างสูง

อย่างไรก็ตาม กระทรวงศึกษาธิการ โดยณัฐพล ทีปสุวรรณ รัฐมนตรีว่าการได้มีแนวคิดเรื่องการยกระดับคุณภาพชีวิตครูให้ดีขึ้นโดยระบุว่า อาจต้องมีหน่วยงานระดับจังหวัดขึ้นมาดูแลบริหารจัดการหนี้สินครูเป็นการเฉพาะ คงปล่อยให้สำนักงานคณะกรรมการส่งเสริมสวัสดิการและสวัสดิภาพครู และ บุคลากรทางการศึกษา (สกสค.) จัดการเรื่องนี้เพียงลำพังคงไม่ได้แล้ว

“ครูเองก็ต้องเพิ่มทักษะการเรียนรู้ในโลกศตวรรษที่ 21 ด้วย ซึ่ง ตนกังวลเรื่องทักษะความสามารถด้านการสอนคอมพิวเตอร์ นวัตกรรม และเอไอของครู เพราะหากไม่มีครูที่เชี่ยวชาญจะไม่สามารถกระจายความรู้เรื่องเทคโนโลยีให้เด็กได้ จึงต้องผลิตครูด้านนวัตกรรมและเทคโนโลยีให้มากขึ้น นอกจากนี้ ยังพบว่าเด็กไทยไม่กล้าแสดงออก ไม่มีความเป็นผู้นำเท่าที่ควร ดังนั้น ขอให้ สพฐ.② ไปคิดหลักสูตรใหม่ที่จะทำอย่างไรจึงจะดึงศักยภาพเด็กไทยให้มีความกล้ามากขึ้น”

เราคาดหวังว่า ทุกฝ่ายจะให้ความสำคัญในการ***ปลดล็อก*** ปัญหาคุณภาพชีวิตครูอย่างจริงจังและเป็นผลสำเร็จ เพื่อให้ครูมีคุณภาพชีวิตที่ดีขึ้น เพื่อการสอนมีประสิทธิภาพมากยิ่งขึ้น และเพื่อให้ทรัพยากรมนุษย์ของประเทศมีคุณภาพ และ***เท่า-ทัน***โลก

ทั้งนี้ ทั้งนั้น นอกจากการยกระดับคุณภาพชีวิตแล้ว ในเรื่องของ “จิตใจ” เป็นสิ่งสำคัญ นอกจากจะต้องมีระบบในการคัดเลือกครูที่มีความ-อยากเป็นครูด้วยหัวใจ มีความมุ่งมั่นเป้าหมายในการสร้างคนอย่างแท้จริง มีความรัก

ในอาชีพ ตรงนี้ก็เป็นสิ่งที่จะ***ละเลย***ไม่ได้ ซึ่งจะต้องสร้างเบ้าหลอมนี้ตั้งแต่ในหลักสูตรของมหาวิทยาลัย

จาก**สยามรัฐออนไลน์** 16 มกราคม 2563 บทบรรณาธิการ

1. ศัพท์และวลี

แรงบันดาลใจ	น.	点化力，造化力，创造力
คุณลักษณะ	น.	德行，美德；性格，属性
พระราชดำรัส	น.	［王室］圣谕，圣训
บรรจบ	ก.	汇合；相衔接；满，完全
หยิบยก	ก.	拿起，提起，援引
แม่พิมพ์	น.	印版，样版；楷模，表率
แม่แบบ	น.	母本，母版
พระสงฆ์	น.	［佛教］僧，僧人，僧伽
ปลดล็อก	ก.	解锁
เท่าทัน	ว.	赶得上，识破，看穿
ละเลย	ก.	玩忽，疏忽，忽视，放弃，放任

2. ความรู้ภูมิหลัง

泰国的拜师礼

泰国有两个教师节，准确地说是一个教师节和一个拜师节。

教师节在1月16日。这一天是全国学休日，目的是让学生和公众记住教师在人们生命中扮演的重要角色——是他们传授知识，令人们感受到生命的光明。

拜师节在8月。泰国政府规定具体时间可由各个学校自己选择，一般会选在星期四，因为在当地传统文化中，这一天的主神作为人类的导师而受到膜拜。

通常，大学拜师典礼在悠扬的乐曲声中开始。首先，学生排好队，依次向国王的画像敬礼、颂祷词。这是泰国公众活动中必不可少的一环。接下来，学生代表发言。泰国是一个非常重视教育的国家，老师的地位很高，学生代表主要表达了对老师的感恩之情，会好好学习，争取成才。之后，全体学生向老师们行跪拜礼，一起为老师唱赞歌。学生们手捧着亲手精心制作的捧花，在主持人的指挥下一排排上台向给自己传授知识的老师们行礼。老师们接过捧花，对学生还礼。可以说，拜师礼是泰国大学一道亮丽的风景线。通过这样一个庄严的仪式，让学生感受到校园浓厚的学习氛围，马上进入学习状态，感恩自己的老师。同时老师们接受了学生们拜师礼沉甸甸的爱，也将用更强的责任心和更大的耐心教导学生，肩负起老师的职责。在拜师典礼上，也会对成绩优秀的学生和优秀学生会干部进行表彰。受到表彰的同学们在感动和激励中更加坚定努力学习的信心。

3. ข้อสังเกต

① สมเด็จพระกนิษฐาธิราชเจ้ากรมสมเด็จพระเทพรัตนราชสุดาฯ สยามบรมราชกุมารี：诗琳通公主，全称“玛哈·扎克里·诗琳通”（Maha Chakri Sirindhorn），1955年4月2日出生，是泰国已故国王拉玛九世普密蓬·阿杜德和诗丽吉·吉滴耶功王后的第3个孩子。诗琳通公主经常跟随父王和母后到泰国各地巡视，协助父王开展慈善活动，代表父王出席重要的国事活动和仪式。诗琳通公主是杰出的中

泰友好使者，多次到访中国，为促进中泰两国人民的相互了解和传统友谊，推动中泰教育、文化、科技等领域务实合作，作出了积极贡献。2019年9月17日，中国国家主席习近平签署主席令，授予诗琳通公主“友谊勋章”。

② สพฐ.：国家基础教育协会，สมาคมการศึกษาขั้นพื้นฐานแห่งชาติ 的缩写。

4. จงตอบข้อถามเกี่ยวกับบทความดังต่อไปนี้

1） เพราะเหตุใด สมเด็จพระกนิษฐาธิราช เจ้ากรมสมเด็จพระเทพ รัตนราชสุดาฯ สยามบรมราชกุมารีทรงเห็นว่า ครูที่ดีจึงสามารถเปลี่ยนแปลงชีวิตลูกศิษย์ได้

2） ในวันครูของไทยทุกๆปี เรื่องอะไรสังคมมักจะหยิบยกขึ้นมาพูดถึงนอกจากการระลึกถึงพระคุณของครูแล้ว

3） สังคมไทยมีความคาดหวังต่อครูอย่างไร

4） ถ้าครูจะเป็นเป็แบบอย่างที่ดีได้ ต้องทำอย่างไร

5） คุณสมบัติที่สำคัญที่สุดของครูคืออะไร เสนออย่างละเอียดหน่อยได้ไหม

17

โรงเรียนสองภาษา สร้างปัญญาหรือสร้างปัญหา?

双语学校：传授知识或制造问题？

ความสำคัญของภาษาอังกฤษในโลกปัจจุบัน ทำให้โรงเรียนสองภาษามีบทบาทมากขึ้นเป็นลำดับ ผู้ปกครองนิยมส่งลูกหลานเข้าโรงเรียนในโรงเรียนสองภาษา ด้วยหวังว่าจะช่วยฝึกฝนทักษะด้านภาษาอังกฤษให้เกิดความชำนาญ ดูเผินๆ โรงเรียนสองภาษาน่าจะเป็นโรงเรียนในฝันของผู้ปกครองทั้งหลาย แต่เมื่อสำรวจลงไปในรายละเอียดแล้ว พบว่าโรงเรียนสองภาษามีปัญหาอยู่หลายจุด ทั้งในแง่ตัวบุคลากร วิธีการบริหาร การจัดหลักสูตร ฯลฯ ซึ่งจากการวิจัยของคณะ***ครุศาสตร์*** **จุฬาลงกรณ์มหาวิทยาลัย พบปัญหาและสาเหตุของโรงเรียนสองภาษาที่น่าสนใจ ดังนี้**

ปัญหาแรก ปัญหาระหว่างครูที่สอนในโครงการ English Program และครูปกติ เช่น การขาดการประสานงานกันภายในโรงเรียน การแบ่งกลุ่มกันระหว่างครูอย่างเห็นได้ชัด ทำให้ขาดความเป็น***เอกภาพ***ในโรงเรียน

สาเหตุของปัญหาดังกล่าว มาจากนโยบายของโรงเรียนที่ให้ความสำคัญแก่ครูสอนโครงการEnglish Programมากกว่าครูปกติอย่างเห็นได้ชัดในด้านผลตอบแทน สิทธิพิเศษต่างๆที่มากกว่าครูปกติ เช่นเครื่องแบบเครื่องแต่งกาย ซึ่ง ทำให้ครูด้วยกันเองเกิดการเปรียบเทียบ

ปัญหาที่สอง คือ ปัญหาความเหลื่อมล้ำระหว่างเด็กที่เรียนในโครงการ English Program และเด็กที่เรียนในหลักสูตรปกติ เกิด***ทัศนคติ***ที่ไม่ดีต่อเด็กที่เรียนในโปรแกรมสองภาษา รู้สึกว่าเด็กที่เรียนในโครงการ English Program มีความสำคัญและมีสิทธิ

พิเศษมากกว่าตนเอง จึงมักจะเกิดความขัดแย้ง ไม่มีความสามัคคีในกรณีที่ต้องร่วมทำกิจกรรมด้วยกัน เช่น ในการเข้าค่ายพักแรมของลูกเสือ เนตรนารี①กิจกรรมกีฬาสี②

สาเหตุของปัญหาดังกล่าวมาจากนโยบายของโรงเรียนที่ต้องการให้เด็กที่เรียนโครงการ English Program มีเอกลักษณ์ของตนเองที่โดดเด่น โดยการแต่งกายที่พิเศษกว่าเด็กที่เรียนในหลักสูตรปกติ มี***ตราสัญลักษณ์***เป็นของตนเอง ได้รับสิ่งอำนวยความสะดวกเป็นพิเศษ เช่น มีห้องเรียนที่สวยงาม มีอุปกรณ์ที่ทันสมัยเป็นพิเศษให้เพียงกลุ่มเดียว และยังมี***สวัสดิการ***ด้านต่างๆ ที่ดีกว่าอีก เช่น อาหาร การรักษาพยาบาล

ปัญหาที่สาม ปัญหาการเรียนของเด็กที่ย้ายมาจากต่างจังหวัดไม่สามารถสื่อสารกับครูต่างชาติได้ ทำให้เรียนไม่รู้เรื่องและมีความเครียดในการเรียน

สาเหตุของปัญหาดังกล่าว เนื่องจากโรงเรียนในต่างจังหวัดจะเริ่มเรียนภาษา**อังกฤษในระดับชั้นประถมศึกษาปีที่ ๕ มีความรู้เฉพาะอังกฤษพื้นฐาน และมีทักษะ**ด้านภาษาอังกฤษน้อยกว่าเมื่อต้องมาเรียนร่วมกับเด็กที่ได้รับการเรียนกับครูต่างชาติมาตั้งแต่อนุบาล ๓ จึงทำให้ระดับความรู้ในภาษาอังกฤษแตกต่างกันมาก จึงเกิดปัญหาในการเรียนกับเพื่อนร่วมชั้น และกดดันจากการเปรียบเทียบของบุคคลรอบข้าง

ปัญหาที่สี่ ปัญหาระหว่างครูและผู้ปกครองเกี่ยวกับผลการเรียนของบุตร-หลานและการเรียนการสอน การตรวจงานที่ผู้ปกครองบางกลุ่มคิดว่ายังไม่เป็นที่น่าพอใจ

สาเหตุของปัญหาดังกล่าว มาจากการจัดการเรียนการสอนของครูชาวต่างขาติจะดำเนินตามแผนการสอนที่ได้กำหนดไว้อย่างเคร่งครัด โดยที่จะคำนึงถึงเด็กกลุ่มใหญ่ในห้องเป็นหลัก ซึ่งเด็กในกลุ่มที่เรียนไม่ทัน เรียนซ้ำ ครูไทยจะต้องรับผิดชอบสอนเสริมทุกวิชา แม้ว่าในบางวิชาจะเป็นวิชาที่ตนเองไม่ชำนาญ เช่น ***คณิตศาสตร์*** วิทยาศาสตร์ซึ่งในทางปฏิบัติ ครูไม่สามารถทำให้นักเรียนทุกคนสามารถเก่งได้ในทุกวิชาซึ่งผู้ปกครองบางกลุ่มตั้งความหวังไหวสูง จึงทำให้ยอมรับในจุดนี้ไม่ได้ จึงเกิดมีความขัดแย้งและปะทะกันระหว่างครูและผู้ปกครองขึ้น

จากปัญหาดังกล่าว ผลการวิจัยได้ให้ข้อเสนอแนะในการเรียนโรงเรียนสองภาษาไว้ดังนี้

๑. กรณีที่ผู้ปกครองต้องการส่งบุตรหลานเข้าเรียนใน English Program ควรจะสอบถามความสมัครใจและตรวจสอบหรือเตรียมความพร้อมให้กับบุตรหลานก่อนที่จะส่งเข้าเรียน ๒. ผู้ปกครองควรจะศึกษาและพิจารณาโรงเรียนหลายๆโรงเรียนเปรียบเทียบกัน และคำนึงถึงคุณภาพ และ มาตรฐานของแต่ละโรงเรียนให้อย่างละเอียดถี่ถ้วนก่อน เพื่อที่บุตรหลานจะได้รับการศึกษาที่มีคุณภาพและการดูแลที่เหมาะสมกับค่าใช้จ่ายที่ต้องเสียไป และ ๓. ในกรณีที่ผู้ปกครองท่านใดที่ไม่พร้อมในด้านการเงินนั้น ก็สามารถสนับสนุนให้บุตรหลานมีความสามารถทางภาษาอังกฤษได้โดยวิธีอื่นๆ เช่น ให้บุตรหลานมีโอกาสเข้าร่วมกิจกรรม***แคมป์***นานาชาติที่จัดโดยหน่วยงานเพื่อเยาวชนหรือทางภาครัฐบาลสนับสนุนได้ หรือให้บุตรหลานได้สอบชิงทุนนักเรียนแลกเปลี่ยน หรือเปิดโอกาสให้บุตรหลานได้มีเพื่อนเป็นชาวต่างชาติเป็นต้น

บทสรุปของโรงเรียนสองภาษาว่า สร้างปัญญา หรือสร้างปัญหา คงต้องหาคำตอบกันต่อไป แม้ว่าความนิยมในโรงเรียนสองภาษาจะเพิ่มขึ้นอย่างมากจากอดีต แต่ก็เป็นความนิยมที่ผู้ปกครองอาจไม่ทราบว่า ยังมีปัญหาหลายปัญหาที่รอการจัดการอยู่และเป็นปัญหาที่ส่งผลกระทบต่อคุณภาพการเรียนการสอนไม่มากก็น้อย

ดังนั้น ปัญหาของการส่งบุตรหลานเข้าเรียนโรงเรียนสองภาษาไม่ได้อยู่ที่ “เงิน” เพียงอย่างเดียว แต่อยู่ที่ว่า เมื่อมีเงินแล้ว มีข้อมูลเกี่ยวกับโรงเรียนต่างๆ ที่จะส่งบุตรหลานเข้าเรียนหรือไม่

ไม่อย่างนั้น จะกลายเป็นว่า ผู้ปกครองได้เสียเงินจำนวนมากให้***ละลาย***สูญเปล่าไปกับระบบการศึกษาที่ให้ค่านิยมในภาษาอังกฤษเป็นสำคัญ

จาก **สยามรัฐ สัปดาห์วิจารณ์** ฉบับที่ ๒๐-๒๖ กุมภาพันธ์ พ.ศ.๒๕๔๗

1. ศัพท์และวลี

ครุศาสตร์	น.	教育学
เอกภาพ	น.	统一；一致性
ทัศนคติ	น.	观点，看法，见解
ตราสัญลักษณ์	น.	标志，徽章
สวัสดิการ	น.	福利
คณิตศาสตร์	น.	数学
แคมป์	น.	野营（camp）
ละลาย	ก.	溶，化，溶解，消融

2. ความรู้ภูมิหลัง

双语教育

双语教育由英语 bilingual education 翻译而来。迄今为止，国外有关双语教育的界定几十种，但可以划分为广义的双语教育和狭义的双语教育：广义的双语教育指的是学校中使用两种语言的教育；狭义的双语教育指的是学校中使用第二语言或外语传授学科内容的教育。我国目前开展的双语教育基本符合狭义的双语教育的界定。

从双语教育的属性看，国外大体可以分为两种类型：添加性双语教育和缩减性双语教育。添加性双语教育是指在教学过程中采用第二语言或外语作为教学语言，目的不是准备替代学生的母语或第一语言，而是培养学生掌握两门语言；缩减性双语教育是指用第二语言或外语替代学生的母语或第一语言，如美国对少数族裔

（ethnic minorities）学生实施过渡性双语教育。

从实施双语教育的背景看，外语教学质量低是全球性的普遍现象。越来越多的国家已经认识到，仅仅依靠开设一门外语科目，绝大多数学生只能掌握有限的外语，很难达到精通外语的程度。双语教育不仅在加拿大、美国、新西兰、卢森堡等双语国家或多语国家获得了成功，而且在澳大利亚、日本、俄罗斯、匈牙利、保加利亚等单语国家也获得了成功。

双语教育的重点首先是学科内容，其次是第二语言或外语。作为双语教师，他们不仅要会第二语言或外语，而且必须精通学科内容。世界各国都提出了这样的要求。我国现有的双语教师基本上没有接受过专门、系统的双语培训，从事双语教育还大多出于自愿。

从实施的方法看，目前世界各国的普遍趋势：首先，选数学、物理、化学、生物、技术、计算机等学科实施双语教育。一是因为人文学科和社会学科涉及较多的本土文化、本族文化、民间传说，甚至宗教文化，用第二语言或外语讲授比较困难；二是数学、物理、化学、生物、技术、计算机这些学科具有较强的国际共通性，其表述、词义、专业术语的理解和诠释比较一致；三是选择这些学科实施双语教育，便于学生日后进入全球科技领域的国际交流。其次，双语教育与外语教育应该并存。在处理双语教育与外语学科教学的关系时，国外的通常做法是双语教育与外语学科教学并存，外语学科教学可以解决双语教育中出现的语言问题。最后，实施双语教育必须坚持自愿的原则。在国外，家长有权选择和决定子女是否接受双语教育。

从双语教育的政策支持看，许多国家双语教育的初始阶段都是民间、地区或学校的自发行为。随着双语教育规模的扩大和教学效果的显现，双语教育逐渐得到政府的认同。

从双语教育的科研情况看，国外双语教育已经历100多年漫长的研究历程，跨越了负面影响时期、中性影响时期和积极影响时期，不少国家已建立了适合本国国情的理论体系和实践模式。

3. ข้อสังเกต

① ลูกเสือ เนตรนารี：童子军，由拉玛六世瓦西拉兀于1911年7月1日仿照英国创建，旨在培养青少年的国防意识和爱国意识。目前，童子军受教育部副部长办公室下属的童子军促进与发展小组领导，教育部副部长任国家童子军管理委员会秘书长。童子军现约有130万人，分为4个层次：预备（8—11岁）、普通（11—16岁）、高级（14—18岁）、资深（16—25岁）。第20届世界童子军大会于2002年12月28日至2003年1月8日在泰国春武里府举行。大会以“分享世界，分享文化”为主题，来自151个国家和地区的约3万名与会者开展了军事训练、体育和文化交流等一系列活动。

② กิจกรรมกีฬาสี：学校为增进学生间感情、使之和谐相处而开展的集体比赛活动，比赛时将学生分成着不同颜色服装的群体，如红队、黄队、蓝队，等等，因此得名。

4. จงตอบข้อถามเกี่ยวกับบทความดังต่อไปนี้

1）เพราะเหตุใผู้ปกครองจึงนิยมส่งลูกหลานเข้าโรงเรียนสองภาษา

2）การขาดการประสานงานกันและการแบ่งกลุ่มกันระหว่างครูอย่างเห็นได้ชัดภายในโรงเรียนได้นำผลเสียอะไรให้แก่โรงเรียนสองภาษา

3）เด็กที่เรียนในหลักสูตรปกติได้เกิดทัศนคติที่ไม่ดีต่อเด็กที่เรียนในโปรแกรมสองภาษาอย่างไรและได้ผลเสียอะไรบ้าง

4）ทำไมเด็กที่ย้ายมาจากต่างจังหวัดไม่สามารถสื่อสารกับครูต่างชาติได้ เรียนไม่รู้เรื่องและมีความเครียดในการเรียน

5）เพราะเหตุใดจึงเกิดปัญหาระหว่างครูและผู้ปกครองเกี่ยวกับผลการเรียนของบุตรหลานและการสอนของครู

6） ผู้ปกครองที่ไม่พร้อมในด้านการเงินก็สามารถสนับสนุนให้บุตรหลานมีความ-สามารถทางภาษาอังกฤษได้โดยวิธีอื่นใด

7） ตามความเห็นของผู้เขียนบทความ ปัญหาของการส่งบุตรหลาน เข้าเรียนโรงเรียนสองภาษาอยู่ที่ไหน

8） ตามความเห็นของคุณ โรงเรียนสองภาษาสร้างปัญญาหรือสร้างปัญหา

18

ภาษาไทยในยุคโลกาภิวัตน์

全球化时代的泰语

กลายเป็นข่าว***ฮือฮา*** มีทั้งฝ่ายที่เห็นด้วยและฝ่ายที่คัดค้าน เมื่อมีข่าวว่าราชบัณฑิตยสถาน①จะจัดทำพจนานุกรมศัพท์วัยโจ๋② แยกออกต่างหากจากพจนานุกรมฉบับมาตรฐาน ฝ่ายที่คัดค้านอ้างเหตุผลเดิมๆ คือ กลัวว่าจะเป็นการส่งเสริมการใช้ "ภาษา*วิบัติ*" เป็นแนวความคิดแบบอนุรักษนิยม

แต่ *ศ.ดร. ชัยอนันต์ สมุทวณิช* นายกราชบัณฑิตยสถานได้เขียนบทความชี้แจงว่า ราชบัณฑิตย์ยุคนี้ไม่ได้ยึดแนวทางอนุรักษนิยมอีกต่อไปแล้ว แต่จะทำหน้าที่เป็นยามเฝ้าภาษา คอยรวบรวมคำที่เกิดขึ้นใหม่ๆ ไม่ได้เจาะจงแต่เฉพาะคำที่วัยรุ่นใช้เท่านั้น แต่ยังมีคำอีกมากมายที่ยังไม่มีในพจนานุกรม

แม้แต่คำที่ใช้กันมาช้านานอย่างคำว่า "ผลไม้" ก็ยังไม่มีในพจนานุกรม รวมทั้งคำที่เกิดขึ้นใหม่บ้างเก่าบ้าง อย่างคำว่า กงการ ก้นครัว ก้นร้อน กระจอก กระจอกข่าว กระบี่ กระเป๋า กระแส กราวรูด กรุยทาง กลับลำ กลืนเลือด กวนตีน ก๊วน กอดเก้าอี้ กั๊ก กาวใจ กินรวบ กึ๋น กุนซือ กูรู

คำที่คนชอบพูดกันบ่อยๆ ไม่ว่าจะเป็นฆ่าตัดตอน โคมลอย งาบ งี่เง่า จัดฉาก จับไต๋ จ้าวโลก จิ๊บจ๊อย จิ๋ม จุ๋น เจ๋ง เจ้าบุญทุ่ม แจ้งเกิด ฯลฯ ก็ยังไม่ได้รวมไว้ในพจนานุกรม

ไม่ต้องพูดถึงศัพท์วัยโจ๋มากมาย ที่เกิดขึ้นใหม่ๆ เช่น โจ๋ซิ่ง เด็กซิ่ง เด็กแนว ตึ๊บเม้ง เม้าท์ อาโนแนะ กิ๊ก อึ๋ม เอ๋อ ชิวชิว กิ๊บเก๋ ยูเรก้า โป๊ะเชะ และอื่นๆ อีกมาก

ท่านนายกราชบัณฑิตยสถานชี้แจงว่า เปิดกว้างรับคำใหม่ๆ เข้ามา และจะจัดพิมพ์ไว้ต่างหากจากพจนานุกรมเล่มใหญ่ ซึ่งเป็นเล่มมาตรฐาน แสดงว่า ราชบัณฑิตยสถานยุคปัจจุบัน ไม่ใช่สถาบันอนุรักษนิยม แต่เป็นสถาบันเสรีนิยมหัวก้าวหน้า พร้อมที่จะยอมรับการเปลี่ยนแปลงของภาษา

นักภาษาหัวก้าวหน้ามองว่า ภาษาก็เหมือนกับสรรพสิ่งในโลก เหมือนกับคนหรือสัตว์โดยทั่วไป คือ มีการเกิด แก่ เจ็บ ตายเหมือนกัน มีคำใหม่ๆ เกิดขึ้นอยู่เสมอ และในขณะเดียวกันก็มีหลายคำต้องตายไป เพราะคนไม่นิยมใช้ พจนานุกรมที่ดีจึงควรทำหน้าที่เป็นยามเฝ้าภาษา

ต้องคอยเก็บคำที่เกิดขึ้นใหม่ๆ แม้ว่าบางคำอาจจะเป็นแค่ศัพท์***สแลง*** ใช้กันชั่วประเดี๋ยวประด๋าวในหมู่คนกลุ่มใดกลุ่มหนึ่ง ไม่ว่ากลุ่มวัยรุ่น กลุ่ม***กะเทย*** กลุ่มนักการ-เมือง กลุ่มนักหนังสือพิมพ์ สื่อมวลชน กลุ่มนักวิชาการ และกลุ่มอื่นๆ อีกมากมาย

สมัยก่อน ผู้รู้ทางภาษา เช่น พวกมหา***เปรียญ*** มักจะเป็นผู้*บัญญัติ*ศัพท์ใหม่ๆ ในภาษาไทย ส่วนใหญ่จะ***ดัดแปลง***มาจากภาษาบาลีหรือสันสกฤต ซึ่งเป็นภาษาที่มาจากอินเดีย พร้อมๆ กับพระพุทธศาสนาและศาสนา***พราหมณ์*** *บาลี*และ***สันสกฤต***จึงเป็นราก-เหง้าของภาษาไทยมากที่สุด

ชื่อและนามสกุลของคนไทยส่วนใหญ่ ล้วนแต่มาจากบาลีและสันสกฤต "สยามรัฐสัปดาห์วิจารณ์" ก็มาจากภาษาบาลี ผู้รู้ภาษาบาลีจึงถือว่าเป็นผู้เก่งภาษาไทย

แต่ในระยะหลังๆ ภาษาไทยได้รับอิทธิพลจากภาษาต่างประเทศ ที่ไหล***ทะลัก***เข้ามาอีกหลายภาษา (ไม่นับรวมภาษาเขมร ซึ่งเคยมีอิทธิพลต่อภาษาไทยสมัยก่อน) ที่สำคัญที่สุดน่าจะได้แก่ภาษาจีน ภาษาอังกฤษ ซึ่งกลายเป็นภาษาสากล คำไทยใหม่ๆ จึงมักจะมีรากมาจากภาษาอังกฤษ

แม้แต่ภาษาท้องถิ่นในประเทศไทย ก็มีอิทธิพลต่อ "ภาษากลาง" หรือภาษาที่คนไทยในภาคกลางพูดไม่ใช่น้อย ตัวอย่างเช่น ภาษาอีสานมีหลายคำกลายเป็นคำที่ยอมรับ

กันในภาษากลาง เช่น แซบ ที่มาพร้อมๆ กับอาหารรสจัดของชาวอีสาน และต่อมาไม่ใช่แซบธรรมดา แต่เป็น "แซบสะออน"

"แซบ" ที่เป็นคำอีสานแท้ เมื่อมาจากกรุงเทพฯ หรือภาคกลาง ความหมายเดิมอาจจะเปลี่ยนไปบ้างเล็กน้อย ความหมายเดิมของแซบตรงกับคำ "อร่อย" ในภาษาภาคกลาง **แต่ขณะนี้ดูเหมือนว่าแซบในความหมายใหม่ หมายถึงอาหารที่มี**รสชาติจัดจ้าน ทั้งเปรี้ยวทั้งเผ็ด โดนใจคอเหล้า

เช่นเดียวกับคำ "แซว" ผมไม่แน่ใจว่าถูกบรรจุไว้ในพจนานุกรมของราชบัณฑิตยสถานแล้วหรือยัง คำนี้ผมเชื่อว่ามาจากภาษาอีสานแน่นอน เพราะเมื่อตอนที่เป็นเด็กวิ่งเล่นอยู่ตามท้องถนน ในหมู่บ้านภาคอีสาน ถ้าหากมีการส่งเสียง***เจี๊ยวจ๊าว***จนน่ารำคาญ มักจะโดนผู้ใหญ่***เอ็ด***ว่า "อย่ามาแซวอยู่แถวนี้" เพราะผู้ใหญ่เขาจะทำงาน แซวจึงหมายถึงการส่งเสียงก่อความรำคาญ

แต่เมื่อแซวมาถึงภาคกลาง ความหมายก็เปลี่ยนแปลงไปหมายถึงการพูดจา***ถากถางเสียดสี*** ล้อเล่นทีเล่นทีจริง หรืออะไรในทำนองนั้น ไม่ใช่การส่งเสียงก่อความรำคาญตามรากเดิม

คำว่า "โลด" หรือ "ไปโลด" ก็เช่นเดียวกัน มาจากคำอีสานแน่นอน แต่เมื่อนำมาใช้ในภาคกลาง ความหมายได้เปลี่ยนแปลงไป "ไปโลด" ตามความหมายเดิมของภาษาอีสานแท้ ตรงกับคำ "ไปเลย" ในภาษาภาคกลาง แต่ความหมายในปัจจุบันกลายเป็นว่าไปได้ดีเยี่ยม

ในยุคอดีตนายกรัฐมนตรีทักษิณ ในทางการเมืองและเศรษฐกิจ มีคำใหม่ๆ เกิดขึ้นหลายคำ เช่น คำว่า ฆ่าตัดตอน ในสงครามปราบปรามยาเสพติด และคำที่มาจากภาษาอังกฤษอีกมาก เช่น เอสเอ็มอี เอสเอ็มแอล โอทอป ฯลฯ เพราะนายกฯ ชอบพูดไทยคำ อังกฤษสองคำ

ในทางการเมืองมีศัพท์การเมือง ทักษิณาธิปไตย เศรษฐยาธิปไตย ธนาธิปไตย ระบอบทักษิณ ธรรมรัฐ ธรรมาภิบาล ตุลาการภิวัฒน์ ประชานิยม ฯลฯ ส่วนในทาง

เศรษฐกิจมีคำทักษิโณมิกส์

"เจ๋ง" ซึ่งยังไม่มีในพจนานุกรม ผมจำได้ว่าเมื่อกว่า 20 ปีมาแล้ว คุณวีระ มุสิกพงศ์ ซึ่งขณะนี้เป็น***โต้โผ***ใหญ่ในขบวนการขับไล่ คมช.③ ได้นำเอาคำ***แสลง***ต่างๆ ที่ใช้กันอยู่ในหมู่นักโทษในคุก เอามาเขียนลงในหนังสือพิมพ์ เพราะคุณวีระเคยเข้าไปอยู่ในคุกชั่วเวลาหนึ่ง

"เจ๋ง" เป็นคำหนึ่งซึ่งภาษาคน***คุก*** ที่ติดปากคนนอนคุกอยู่จนถึงขณะนี้

แต่มีอยู่คำหนึ่งซึ่งผมใคร่ขอฝากราชบัณฑิตยสถาน คือ "กูรู" ซึ่งมาจาก "guru" ควรจะรักษารากศัพท์และความหมายเดิม เพราะเป็นคำบาลีที่กลายเป็นคำไทยแล้วตรงกับคำ "คุรุ" หมายถึง ครูหรือผู้รู้ผู้สอนในภาษาไทยเรามีคำคุรุสภา คุรุสัมพันธ์ คุรุกรรม เป็นต้น

ส่วน "กูรู" เป็นคำที่เพี้ยนออกเสียงตามฝรั่ง ไม่ทราบว่ากูไหนและรูใคร?

จาก **สยามรัฐ สัปดาห์วิจารณ์** ฉบับ วันที่ ๑๕ - ๒๑ มิ.ย. พ.ศ. ๒๕๕๐

1. ศัพท์และวลี

ฮือฮา	ว.	嘻嘻哈哈
วิบัติ	น.	灾害，灾难
สแลง	น.	俚语，行语，隐语
กะเทย	น.	两性人
เปรียญ	น.	佛学学位等级，考取第三至第九级的，授予มหาเปรียญ僧衔
บัญญัติ	ก.	制定（法律），规定，创立

ดัดแปลง	ก.	改变，改造
พราหมณ์	น.	婆罗门
บาลี	น.	巴利语
สันสกฤต	น.	梵语
ทะลัก	ก.	流出，涌出，冒出
เจี๊ยวจ๊าว	ว.	嘈杂声，喧闹声，唧唧喳喳
เอ็ด	ก.	责备，斥责
ถากถาง	ว.	讽刺，讥讽
เสียดสี	ก.	讽刺，挖苦
โต้โผ	น.	悍将
แสลง	ว.	有害，有刺激；禁忌
คุก	น.	监狱，监牢

2. ความรู้ภูมิหลัง

全球化与语言

对任何国家来说，不同文明在文化上的相互借鉴是历史发展的重要动力之一。文化传统不仅对一个国家的历史进程产生重大的影响，而且塑造出与其他民族国家区别开来的最基本的特征。而在文化的扩散中，语言是一个关键的因素。它是一种社会文化现象，并且与社会文化的发展息息相关。在文化的各种形态中，语言是文化的外壳、文明的载体，是知识得以世代相传的最有效的工具。

然而，随着全球经济一体化进程步伐加快，全世界语言功能差别正变得越来越

突出：一些“强势”语言（如英语）的使用范围迅速扩大；而另一些“弱势”语言（尤其是小语种）的功能在逐步减退，使用范围也大幅缩小。全世界范围内，“强势”语言的学习者日益增加。有数据显示，在当前的全球化进程中，英语的重要地位毋庸置疑，已经成为世界上应用最广泛的语言：如今世界上超过2/3的科学家使用英语写作；全球3/4的邮件是用英语写的；全球生活诸多方面80%的电子信息是用英语存储的；120个国家中有1.5亿人收听英语无线电广播节目；5000多万小学生把英语作为第二语言学习；8000多万中学生学习英语。以上数字不包括中国。由此可以看出，英语已经渗透到了世界各地。

目前，世界上的语言尚有6000多种，但多数语言的发展前景并不乐观。如果按联合国教科文组织所得出的语言消失速度来预计，250年后人们可能只会听到汉语、英语、法语、西班牙语和葡萄牙语等少数几种语言了。联合国教科文组织的新研究发现，全世界有95%的语言目前只被4%的人使用，平均每个月就有2种语言消失。在一些人口少的民族中因此而出现强烈的保护本族母语的愿望和呼声，不只是出于政治、经济方面的考虑，更重要的是意识到民族语言对保持文化传统、提高民族尊严、维护人类社会长期生存发展的重要作用。

1999年，联合国教科文组织决定将每年2月21日定为“国际母语日”。其宗旨：“纪念国际母语日，旨在促进语言和文化的多样性，以及多语种化。语言是保存和发展人类有形和无形遗产的最有力的工具。各种促进母语传播的运动，不仅有助于语言的多样化和多语种的教育，而且能够提高对全世界各语言和文化传统的认识，以此在理解、容忍和对话的基础上，促成世界人民的团结。”

2006年，联合国教科文组织首次在北京举行“国际母语日”纪念活动。此后，中国每年都举行活动纪念“国际母语日”。

3. ข้อสังเกต

① ราชบัณฑิตยสถาน：皇家学术院，成立于1932年，是专门从事学术研究和有关文学典籍编撰、考古、美术的机构，由政府资助，受教育部部长领导。

② วัยโจ๋：即วัยรุ่น，指年轻一代。

③ คมช.: คณะมนตรีความมั่นคงแห่งชาติ 即国家安全委员会，是由泰国陆军司令颂提领导的2006年9月19日推翻他信政府的临时委员会。

4. จงตอบข้อถามเกี่ยวกับบทความดังต่อไปนี้

1） การที่ราชบัณฑิตยสถานเปิดกว้างรับคำใหม่ๆ เข้ามาและจะจัดพิมพ์ไว้ต่างหากจากพจนานุกรมเล่มใหญ่นั้นแสดงให้เห็นถึงอะไรบ้าง

2） นักภาษาหัวก้าวหน้าเขามองภาษาอย่างไร

3） ภาษาไทยส่วนใหญ่ดัดแปลงมาจากภาษาอะไร

4） ภาษาไทยในระยะหลังๆ ได้รับอิทธิพลจากภาษาของประเทศไหนมากที่สุด

5） หลายคำที่ผู้เขียนบทความยกตัวอย่างว่าภาษาท้องถิ่นในประเทศไทยก็มีอิทธิพลต่อ “*ภาษากลาง*” นั้นส่วนมากมาจากภาคไหน

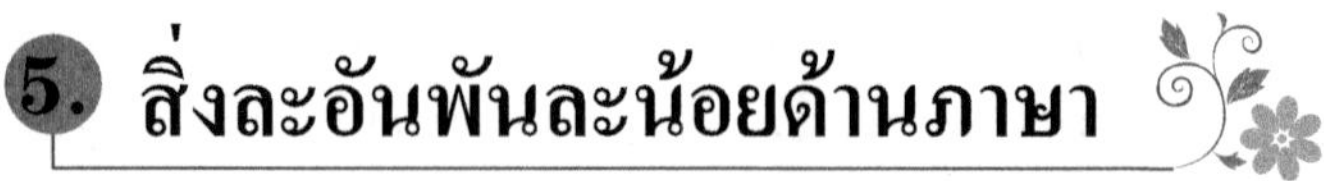

5. สิ่งละอันพันละน้อยด้านภาษา

借 代

借代也叫“转喻”，指用相互间存在着某种现实关系的一种事物的名称来代替另一种事物，是报刊泰语常用的一种修辞手段。新闻中之所以大量使用借代这种修辞手段，原因主要有3个。

首先，借代既简洁有力，又形象生动。例如：

▲ <u>ปัดฝุ่น</u>ย้ายเมืองหลวง

（重新审视迁都方案）

▲ สำหรับประเทศไทย หากจะพัฒนาระบบดังกล่าวนำมาใช้คงต้อง <u>ชั่งน้ำหนัก</u>ให้ดีระหว่างผลได้ผลเสียที่จะเกิดขึ้น

（对于泰国而言，如果要开发使用上述系统，就必须权衡利弊。）

▲ กระทรวงวัฒนธรรมมีหน้าที่ต้องสอดส่องวิเคราะห์ ต้องเป็นไฟฉายและต้องริเริ่มการแก้ไขก่อนใคร

（文化部必须担负起观察分析的责任，必须发挥引导作用，必须提前行动，开始着手解决问题。）

第一例的ปัดฝุ่น是动宾词组，原意为“掸掉灰尘”，置于ย้ายเมืองหลวง之前，让读者联想到“迁都”的方案早就有了，只是搁置时间太久，一直没有着手进行，现在是否应该拿出来，掸掉覆盖在方案上的灰尘“重新审视”；第二例的ชั่งน้ำหนัก也是动宾词组，原意为“称重量”，此处作动词用，读者马上就能领会该词在句中的意思是“掂量”或“权衡”。第三例的ไฟฉาย是名词“手电筒”，与เป็น组合构成动词短语，读者马上就能想象该词在句中的意思为“照射”“引领”“引导”。试想，上述3例如果不用ปัดฝุ่น借代而用พิจารณาใหม่（重新审视），如果不用ชั่งน้ำหนัก借代而用ดุลพินิจ（权衡）一词，如果不用เป็นไฟฉาย借代而用เป็นผู้ชี้นำ或เป็นผู้นำทาง，就不可能收到如此形象生动的效果。

其次，借代可以起到节省篇幅、增强表达效果的作用。例如：

▲ การไปทำงานภายใต้ “หมวกเบเรต์สีฟ้า” ของ UN เป็นจุดจงใจ สำคัญที่ทำให้ทหารไทยพากันสมัครใจไปเสี่ยงตายกัน

（能在联合国维和部队工作，是吸引泰军纷纷报名参加的主要原因。）

▲ การเกิดเหตุการณ์ครั้งนี้ ถือว่าเป็นสัญญาณที่ดีเพราะในอดีตจะพบเชื้อในฟาร์มไก่ไข่เป็ดไล่ทุ่ง แต่การเอกซเรย์ครั้งนี้ พบติดเชื้อเฉพาะในไก่พื้นเมืองเท่านั้น

（这次事件的发生可以说是一个好兆头，因为过去发现鸡鸭散养场里感染禽流感病毒，而本次检查中只发现本地鸡感染禽流感病毒。）

以上第一例的หมวกเบเรต์สีฟ้า原是指蓝色贝雷帽，在这里指（头戴蓝色贝雷帽的）联合国维和部队；第二例的เอกซเรย์为英语借词“爱克斯光”，原意是指检查身体时照X光，不放过每一个可疑的细节，此句中指对所有的鸡鸭饲养场从头到尾进行彻底检查。

上述两例如果要用纯泰语句子来表述，不仅句子冗长，而且起不到增强表达效果的作用。

最后，借代可以避免重复。例如：

▲ ในกรณีของเกาหลีใต้ แม้ว่าการเมืองแดนโสมจะมีการแก้กฎหมาย ต่างๆ นานา ที่เอื้อต่อการสร้างประชาธิปไตยสมัยใหม่ แต่การเมือง เกาหลีใต้ก็ยังไม่ได้พัฒนาไปถึงจุดดังกล่าว

（例如韩国，虽然它进行了一系列法律改革以促进现代民主的建设，但其政治仍然没有发展到上述程度。）

此例中的แดนโสม（人参之国）是แดน（土地，领土）和โสม（人参）的组合词。如果读者知道韩国盛产人参，แดนโสม即“韩国”就不难理解了。这样就避免了一个句子中连续3次出现เกาหลีใต้的情况。

报刊上常见的借代形式有以下几种。

第一，借地名代机构。例如：

ปักกิ่ง — 中国政府

วอชิงตัน或 ทำเนียบขาว — 美国政府

โตเกียว — 日本政府

มอสโก或แครมลิม — 俄罗斯政府

第二，借所具特色代某国或相关物。例如：

มังกร — 中国

หมีขาว — 苏联或俄罗斯

สะกุหละ — 日本

อินทรี — 美国

โสมแดง — 朝鲜

โสมขาว — 韩国

สายเหยี่ยว — 右翼，鹰派

หมวกเบเรต์สีฟ้า — 联合国维和部队

ตุ๊กตุ๊ก — 机器三轮车

มาม่า — 快食面（方便面）

วิกฤตการณ์ต้มยำกุ้ง — 1997年泰国金融危机

วิกฤตการณ์แฮมเบอร์เกอร์ — 2008年美国次贷危机

第三，借其他领域的词代相关词。例如：

ปัดฝุ่น — 重新审视

ชั่งน้ำหนัก — 权衡

ไฟเขียว — 放行，同意

ไฟแดง — 警告

ไฟฉาย — 指引，引导

เอกซเรย์ — 检查

เป็นหุ้นส่วน — 利益攸关，伙伴

แซงหน้า — 超过，赶超

ปากเสียง — 代言人，口角

กระบอกเสียง — 喉舌

借代因其简洁生动而非常适合新闻的特点。准确理解报刊中出现的借代现象，要求读者要有良好的语言基础，其他方面的知识，包括人文、地理、政治、经济、军事、国际关系、风土人情，等等，也是必不可少的。

第四单元

科技、环保、卫生

19

สื่อหนังสือพิมพ์ในยุคใหม่

新时代的报纸传媒

ขึ้นชื่อว่า"หนังสือพิมพ์"กระดาษเปื้อนน้ำหมึก ตามภาษา***เปรียบเปรย***ของใครต่อใคร ก็ยังคงเป็นสื่อทรงอิทธิพลนับตั้งแต่อดีตจนถึงปัจจุบัน แต่พร้อมๆกันปรากฏการณ์อินเตอร์เน็ต ได้สร้างยุคแห่งการท้าทายต่อหนังสือพิมพ์ที่แท้จริงอย่างไม่เคยปรากฏขึ้นมาก่อน และในคลื่นนวัตกรรมอันมหึมา ยังคง***โถมซัด***อุตสาหกรรมหนังสือพิมพ์ทั่วโลก มันก็อาจสร้างความสำเร็จให้แก่หนังสือพิมพ์ที่รู้จักฉวยโอกาสใช้นวัตกรรมดังกล่าวให้เป็นประโยชน์ และ***อ้าแขนรับ***การเปลี่ยนแปลง

ขณะเดียวกัน หนังสือพิมพ์ก็ยังคงมี"***มนต์ขลัง***"ดึงดูดต่อสังคม เพราะแทบจะพูดได้ว่า แทบจะไม่มีวันใดเลยที่ไม่มีข่าวการเปิดตัวหนังสือพิมพ์ใหม่ หรือสิ่งพิมพ์ประเภทนี้เกิดขึ้น และขณะที่อินเตอร์เน็ตกำลังเติบโต(อย่าง***ปีกกล้าขาแข็ง***?) หนังสือพิมพ์ต่างสร้างความหลากหลายและขยายการให้บริการและสื่อด้านดิจิตอล

เมื่อเร็วๆนี้ สมาคมหนังสือพิมพ์โลก(World Association of Newspaper หรือ WAN)① ได้จัดการประชุมครั้งที่๕๘ที่กรุงมอสโก ประเทศรัสเซีย โดยผู้เข้าร่วมซึ่งคาดว่าจะมีจำนวน๑,๔๐๐คน ได้มีโอกาสพบปะและหารือกันถึงลู่ทางทำมาหากินของหนังสือพิมพ์ยุคปัจจุบันไม่ว่าจะเป็นกระแสหนังสือพิมพ์ทั่วโลกในยุคนี้ การศึษาสิ่งพิมพ์ประเภทใหม่ๆ ขณะที่หนังสือพิมพ์ต่างๆทั่วโลกจะสามารถเปลี่ยนแปลงหรือปรับตัวเองให้เข้ากับสังคมยุค***สารสนเทศ***ที่มีอินเตอร์เน็ตเป็น"คู่แข่งหลัก"ได้มากน้อยแค่ไหน

WANบอกว่า แนวคิดหลักที่ได้จากการสำรวจก่อนหน้านี้ หนังสือพิมพ์ควรจะ

ยุติการปกป้องตัวเอง แต่จำเป็นจะต้องมีมิติในการเข้าถึงตลาดหรือกลุ่มผู้อ่านให้หลาก-หลายมากขึ้น

ขณะที่ทรรศนะของบุคคลระดับซีอีโอ②ในวงการน้ำหมึกระดับอินเตอร์เน็ต บอกว่า ข้อดีของหนังสือพิมพ์ก็คือ เป็น "สื่อประเภทเดียว"ที่สามารถให้ความลึกของข่าวแก่ผู้อ่าน **ซึ่งนี่เป็นส่วนดีที่หนังสือพิมพ์จะต้องรักษาไว้ นอกจากนี้ หนังสือพิมพ์**ยังมีจุดขายอีกประการก็คือ ราคาถูก เป็นสินค้าที่ให้ "ความรู้สึกที่เป็นมิตร"ต่อผู้บริโภคและสะดวกในการอ่าน

ความพยายามปรับตัวของสื่อหนังสือพิมพ์ กับ เวลาที่เปลี่ยนแปลงไป คือการเข้ามามีอิทธิพลเพิ่มขึ้นของอินเตอร์เน็ตต่อสังคม ทำให้ "หน้าตา"ของหนังสือพิมพ์เริ่มเปลี่ยนไป ตัวอย่างเช่นหนังสือพิมพ์ขนาดเท่ากระดาษเอ ๓ ได้กลายเป็นหนังสือพิมพ์มาแรงที่ติดอันดับขายดีเป็นอันดับ ๓ ของสื่อประเภทหนังสือพิมพ์ รองจากหนังสือพิมพ์ธรรมดาและ***แท็บลอยด์***

ขณะเดียวกัน ***เทรนด์***ประเภท "นักเขียนผู้อ่าน"(Citizen Journalism) ยังเริ่มผุดขึ้นอย่างเป็นที่นิยม ไม่ว่าจะเป็นการเขียนประเภทบทความ หรือรายงานเบื้องลึกเบื้องหลังสถานการณ์ข่าว ถือเป็นลู่ทางใหม่สำหรับหนังสือพิมพ์ที่ต้องการสร้างสีสันและความ-หลากหลาย**โดยว่ากันว่า เทรนด์นี้เริ่มอุบัติขึ้นมาแล้วในหลายประเทศ เช่น เหตุการณ์**สึนามิ③ เหตุการณ์ระเบิดพลีชีพรถไฟใต้ดินในอังกฤษ④ หรือภัยเฮอริเคน แคทรีนา⑤ถล่มสหรัฐฯ

ประเด็นหนึ่งที่น่าสนใจก็คือ "การเจาะฐานผู้อ่านวัยหนุ่มสาวและเด็ก"เป็นสิ่งที่สมาคมหนังสือพิมพ์โลกกำลังพูดถึงอย่างแพร่หลายจากการ "***นั่งจับเข่าคุย***"กับ***เกจิ***นักการตลาดในห้วงที่ผ่านมา

ประเด็นดังกล่าวมาจากหลักบริโภคพื้นฐานที่ว่า "กลุ่มลูกค้าทุกกลุ่มล้วนผ่านมาก็ต้องผ่านไป"ซึ่งในหลักเศรษฐศาสตร์ หมายถึงว่า ประชากรทุกกลุ่มย่อมต้องมีช่วง***อายุขัย***ของตัวเอง ขณะที่หนังสือพิมพ์นั้นย่อมต้องไม่มีช่วงอายุขัยของตัวเอง หรือ

ไม่รู้จักตาย(ยกเว้น*เจ๊ง* หรือปิดกิจการ)ดังนั้น หน้าที่หลักของหนังสือพิมพ์ก็คือ **จะต้องขายหนังสือพิมพ์ให้แก่คนอ่าน "ทุกกลุ่มวัย" ที่จะต้องก้าวผลัดขึ้นมาสู่การเป็น** "ผู้ใหญ่"ในวันหน้า

และขณะที่ "ผู้อ่านรุ่นหนุ่มสาวและวัยรุ่น" ถูกมองว่าเป็นตลาดเกิดใหม่สำหรับสื่อหนังสือพิมพ์ ซึ่งจำนวนมากได้เปลี่ยนทรรศนะตัวเองต่อการยึดกลุ่มตลาดเดิม หรือกลุ่มวัยกลางคน และสูงอายุโดยWANได้สอบถามที่ปรึกษาด้วยฝ่ายตลาดที่ไปศึกษา"ตลาดหนุ่มสาว-วัยรุ่น"ใน๑๘ประเทศและได้พบ"โจทย์"และ"ความ-ต้องการ"ที่น่าสนใจยิ่งรวมทั้งยุทธศาสตร์ในการดึงดูดคนอ่านกลุ่มนี้

ยกตัวอย่างผลสำรวจพบว่า คนกลุ่มหนุ่มสาวต้องการหนังสือพิมพ์ที่เด่นด้านหน้าตา หรือมี*ดีไซน์*ที่ดี แต่คนกลุ่มนี้ก็เห็นว่าเนื้อหาและสาระยังคงเป็นสิ่งสำคัญที่สุดของหนังสือพิมพ์ ไม่ใช่*หวือ-หวา*แต่เนื้อใน*กลวงโบ๋* ขณะเดียวกัน การผลิตหนังสือพิมพ์ในยุคใหม่ก็ควรจะเพิ่มหน้าสีสำหรับหน้าหนุ่มสาว เพราะ "ตลาดกลุ่มนี้"ต้องการเห็นภาพตัวเองอย่างมีสีสันในหนังสือพิมพ์ ขณะที่เนื้อหาก็ควรจะเพิ่มด้าน**วิทยาการและเทคโนโลยี ซึ่งถือเป็นความสนใจใคร่บริโภคหลักของคนกลุ่มนี้** เช่นเดียวกับรูปแบบของหนังสือจะต้องเป็นประเภทสดและเร็ว นี่ถือเป็นเรื่องจำเป็น

หรืออาจจะมี*คอลัมน์* "เปิดเวทีหนุ่มสาว"เพื่อให้ร่วมแสดงความคิดเห็นต่อประเด็นต่างๆทางสังคม ก็จะว่าถือเป็นแม่เหล็กดึงดูดที่ดี ขณะเดียวกัน หนังสือพิมพ์ยุคใหม่ก็จำเป็นจะต้องมีเว็บไซต์คอย*โปรโมต*ตามความคิดของคนกลุ่มนี้

เกจิด้านสื่อบางรายระบุว่า อย่าประมาทกลุ่มผู้อ่านประเภทหนุ่มสาว เพราะคนพวกนี้จะภักดีต่อสื่อที่พวกเขาอ่าน และในขณะที่เด็กๆ หรือ หนุ่มสาวกำลัง*ฮิต*ที่จะบริโภคอินเตอร์เน็ตที่เปรียบเหมือนเป็น"*แมคโดนัลด์*" หนังสือพิมพ์ก็จะต้องทำตัวเป็นคู่แข่งที่เหนือกว่า ด้วยการผลิต"แมคโดนัลด์"ของตัวเองขึ้นมาเอง!

จาก **สยามรัฐ สัปดาห์วิจารณ์** ฉบับวันที่ ๙ กุมภาพันธ์ พ.ศ.๒๕๔๙

1. ศัพท์และวลี

เปรียบเปรย	ก.	讽喻，影射
โถมซัด	ก.	投注，倾注
อ้าแขนรับ	ก.	张臂欢迎
มนต์ขลัง	น.	灵验的咒语
ปีกกล้าขาแข็ง	ว.	翅膀硬了（比喻生活能自立了）
สารสนเทศ	น.	信息，讯息，情报
แท็บลอยด์	น.	小报（tabloid）
เทรนด์	น.	趋势（trend）
เฮอริเคน	น.	飓风（Hurricane）
นั่งจับเข่าคุย	ก.	促膝谈心
เกจิ	ว.	某些，有的
อายุขัย	น.	寿命
เจ๊ง	ก.	破产，倒闭
ดีไซน์	ก.น.	设计，绘制（design）
หวือหวา	ว.	象声词，嘘嘘（猛飞、猛冲的声音）
กลวงโบ๋	ว.	空心，中空
คอลัมน์	น.	专栏（column）
โปรโมต	ก.	促进，提升（promote）
ฮิต	ว.	热的，流行的（heat）
แมคโดนัลด์	น.	麦当劳（Mcdonald）

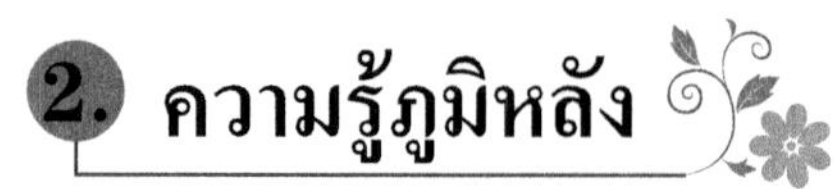

2. ความรู้ภูมิหลัง

平面媒体

人们通常把报纸、杂志等传统媒体称为“平面媒体”。这里的“平面”是广告界借用了美术构图中的“平面”概念，而报纸、杂志上的广告都是平面广告。

网络媒体的兴起对平面媒体产生了颠覆性的影响。一方面，网络平台以其公共性、及时性、互动性的特点为信息传播提供了更快捷的平台。从理论上讲，这个平台无论是信息量、传播范围还是受众群体都是传统媒体所无法比拟的。另一方面，网络交互平台将后现代的边缘化、去中心化色彩展现得淋漓尽致，伴随着硅谷前著名IT专栏作家丹·吉尔莫提出的“我们即媒体”的口号日益成为现实，一个真正意义上的个人时代逐渐展开，而信息传播的途径也由过去的自上而下的“广播”发展成为互相传递式的“互播”。

从全球范围看，平面媒体受互联网媒体的冲击程度虽然存在差异，但毋庸置疑，进入21世纪以来，网络媒介的飞速发展已使发展速度缓慢的传统平面媒体相形见绌，报纸原有的传播优势也在被网络媒介所蚕食或者超越，从而使报纸的影响力大不如前，全球平面媒体面临的挑战和压力日增，前景并不令人乐观。为此，媒体未来学家预言，未来，超过50%的新闻将由公众提供。

传统媒体一方面不得不面对网络媒体带来的从传播方式到范围的全方位挑战，另一方面又不得不参与这一传播过程，甚至利用传统媒体的公信力与体制优势来为网络媒体的信息提供事后追认，从而尝试开创一个网络与传统共存的新局面。

3. ข้อสังเกต

① สมาคมหนังสือพิมพ์โลก(World Association of Newspaper หรือ WAN)：世界报业协会，成立于1948年，是一个联合了72个全国性报业集团、13家新闻代理、9个区域的出版机构，以及分布于100个国家的独立新闻主管人员的非营利非政府组

织。其主要宗旨是捍卫和促进新闻自由，促进世界各地报刊出版的发展，促进成员组织间的合作。

② ซีอีโอ：CFO（Chief financial Officer）指公司首席财政官或财务总监，是现代公司中最重要、最有价值的顶尖管理职位之一。

③ เหตุการณ์สึนามิ：指2004年12月26日于印度尼西亚苏门答腊以北海域发生的地球40亿年来最强烈的里氏9级地震和由此引发的海啸。海啸殃及东南亚和南亚多个国家，滔天巨浪席卷了斯里兰卡、印度、印度尼西亚、泰国、马来西亚、马尔代夫和孟加拉国沿海地区，遇难总人数逼近30万。

④ เหตุการณ์ระเบิดพลีชีพรถไฟใต้ดินในอังกฤษ：指伦敦地铁爆炸案。2005年7月7日上午，距伦敦刚刚获得第30届夏季奥运会的主办权不到20个小时，8国集团首脑会议正在英国北部苏格兰鹰谷举行，世界上最古老、最完善的伦敦地铁网正处在早高峰的运营期间，突然，多个地铁站连续发生剧烈爆炸，同时在地面上的双层公共汽车也发生了爆炸。事件发生后，英国政府迅速启动了应急系统，伦敦13条地铁线全部停运，所有的爆炸现场被封闭戒严。很快，调查人员发现了造成爆炸的残留物。不到3个小时后，身在苏格兰鹰谷的时任英国首相布莱尔正式宣布：这是一起针对8国集团首脑会议和英国的恐怖袭击事件。据统计，恐怖袭击造成56人死亡、近30人失踪、700多人受伤。当地时间2005年7月21日13时20分左右，英国首都伦敦再次发生4次爆炸，其中3次发生在地铁上，一次发生在公共汽车上。据警方称有一人受伤，3条地铁线路被临时关闭。英国皇家国际事务研究所认为，英国与美国的紧密关系促使英国成为极端分子攻击的目标，而卷入伊拉克战争更让英国付出了伦敦爆炸事件的惨痛代价。

⑤ ภัยเฮอริเคน　แคทรีนา：指当地时间2005年8月29日登陆美国路易斯安那州和密西西比州的卡特里娜飓风。此次飓风导致数以万计的房屋被淹和数十万户家庭断电，100多万人流离失所。

 จงตอบข้อถามเกี่ยวกับบทความดังต่อไปนี้ 

1) อะไรได้สร้างการท้าทายต่อหนังสือพิมพ์อย่างไม่เคยปรากฏขึ้นมาก่อน
2) เพราะเหตุใดหนังสือพิมพ์ยังคงมีความดึงดูดต่อสังคม
3) หนังสือพิมพ์ต่างมีการพพัฒนาอย่างไรขณะที่อินเตอร์เน็ตกำลัง เติบโต
4) ข้อดีของหนังสือพิมพ์คืออะไร
5) ตามความเห็นของผู้เขียนบทความ หน้าที่หลักขอหนังสือพิมพ์คืออะไร
6) คนกลุ่มหนุ่มสาวต้องการหนังสือพิมพ์อย่างไรและเพราะเหตุใด
7) ในประโยค "ในขณะที่เด็กๆ หรือ หนุ่มสาวกำลังฮิตที่จะบริโภค อินเตอร์เน็ตที่เปรียบเหมือนเป็น***แมคโดนัลด์***หนังสือพิมพ์ก็จะต้องทำตัวเป็นคู่แข่งที่เหนือกว่าด้วยการผลิต***แมคโดนัลด์***ของตัวเองขึ้นมาเอง! " คำว่า "แมคโดนัลด์" นั้นหมายความว่าอะไร

20

ดาวเทียม "ไทยคม" (Thai com)

"泰空" 卫星

การรักษาความมั่นคงและการรักษาเอกราชของชาติเหนือดินแดนขวานทองของไทยมิให้ถูกแบ่งแยกไปได้นั้น เป็นภารกิจที่ใหญ่หลวงสำคัญยิ่ง ปัจจุบันเป็นยุคที่จะต้องต่อสู้กันด้วยสมอง แข่งขันกันด้วยความรู้ "ความรู้คืออำนาจ" (knowledge is power) ในขณะที่โลกกำลังถูก***ขับเคลื่อน***ไปด้วยกระแส***โลกาภิวัตน์*** มีผลทำให้ความรู้สามารถถ่ายทอดกันได้อย่างรวดเร็ว ด้วยระบบสารสนเทศโดยอาศัยสื่อต่างๆ ทำให้เกิดวิวัฒนาการใหม่ๆ เกิดขึ้นอย่างมากมาย เราเคยได้รับบทเรียนมาแล้วในอดีต เราเคยเสียดินแดนอย่างจำยอมในสมัยกรุงรัตนโกสินทร์①ต้องยอมน้ำตาตกในเนื่องจากคนไทยไม่เก่งหรือก็ไม่ใช่ คนไทยไม่กล้าหรือก็ไม่ใช่ แต่เป็นเพราะฝรั่งสร้างอาวุธที่มีเทคโนโลยีสูงกว่า แล้วเราตามไม่ทัน ทำให้เราต้องยอมเสียดินแดนมากมาย ในสมัย ร.๕②ท่านได้ส่ง***พระราชโอรส***ไปทรงศึกษายังต่างประเทศเพื่อให้นำความรู้เทคโนโลยีมาพัฒนาประเทศ จึงพอที่จะรักษาเอกราชไว้ได้ อย่างไรก็ตาม ยังมีความเชื่อว่าการสงคราม การทะเลาะกัน การเอารัดเอาเปรียบแก่งแย่งชิงผลประโยชน์ เป็นเรื่องปรกติที่ต้องเกิดขึ้นคู่กับโลกใบนี้ เป็น***สัญชาติญาณ***อย่างหนึ่งของมนุษย์ที่ยากจะเปลี่ยนแปลงได้ ดังนั้นประเทศไทยของเรายังต้องเตรียมป้องกันตัวจากภัยอันตรายที่**จะเกิดขึ้นอย่างหลีกเลี่ยงมิได้ ต้องพยายามให้ทหารผู้เป็นหลักในการรักษาความมั่นคง**ของประเทศติดตามความรู้เทคโนโลยีให้ทัน อย่าได้ประมาทเพราะเมื่อถึงเวลาแล้วอาจจะเกิดประวัติศาสตร์ซ้ำรอย ต้อง***ปวดร้าวปวดใจ***กันทั้งประเทศ แต่อย่างไรก็ดี เรา

โชคดีที่มีพระมหากษัตริย์ที่ทรง***พระปรีชา***สามารถ ทรงเล็งเห็นความสำคัญของเทคโนโลยี มีนายกรัฐมนตรี③ที่มีวิสัยทัศน์ มีความรอบรู้ในเรื่องสื่อสารโทรคมนาคม ได้ดำเนินกิจการโครงการอวกาศส่งดาวเทียมของไทยขึ้นไปอวดชาวโลกหลายดวง ทั้งของทางราชการ และเอกชน และที่จะกล่าวถึงในบทความนี้ให้รู้จักกับดาวเทียมที่ได้รับ***พระราชทาน***นามว่า "ไทยคม" (Thai com) ผู้เขียนได้พยายามรวบรวมความรู้จากบทความต่างๆ ทั้งในตำราเรียน, Internet, หนังสือพิมพ์และสื่อต่างๆ มา***ปะติดปะ-ต่อ***กันให้ท่านผู้อ่านได้พอรู้จักกับดาวเทียมไทยคมบ้าง ทหารเราเองก็ควรมีความรู้ในเรื่องนี้ไว้บ้างเป็นเรื่องที่เราจะต้องนำมาใช้ในงานที่เกี่ยวข้องกับทางทหารอย่างมาก

ดาวเทียม ในปัจจุบันมีความสำคัญต่อการใช้งานในลักษณะต่างๆ มากมาย ถูกสร้างขึ้นมาใช้มากขึ้น การนำเทคโนโลยีที่ทันสมัยมาร่วมใช้งาน ทำให้สามารถรับส่งข่าวสารข้อมูลและควบคุมเครื่องมืออุปกรณ์ในระยะทางไกลได้ โดยเชื่อมโยงระบบถึงกันระหว่างสถานีพื้นดินกับดาวเทียม แบ่งออกได้เป็น ๓ ประเภทตามลักษณะงาน คือ ดาวเทียมสื่อสาร ดาวเทียมสำรวจ ดาวเทียม***ยุทธวิธี***

ดาวเทียมสื่อสาร เป็นดาวเทียมใช้ในการสื่อสารโทรคมนาคม เช่นการถ่ายทอดโทรทัศน์ข้ามประเทศ การติดต่อสื่อสารด้วยโทรศัพท์ทางไกลข้ามประเทศ มีดาวเทียมที่สำคัญ คือ **ดาวเทียมอินเทลแซต ดาวเทียมไทยคม (Thai com) ของประเทศไทย ดาวเทียมปาลาปา (Palapa) ของอินโดนีเซีย ดาวเทียมอินแซต (Insat) ของอินเดีย และดาวเทียมเอเชียแซต (Asiasat) ของฮ่องกง** เป็นต้น

ดาวเทียมสำรวจเป็นดาวเทียมที่ใช้ในการสำรวจทรัพยากรธรรมชาติ ให้ข้อมูลด้าน***อุตุนิยมวิทยา***และยังสามารถถ่ายภาพภูมิอากาศและอื่นๆ ของโลกได้ ได้แก่ ดาวเทียม GMS ของประเทศญี่ปุ่น ดาวเทียม NOAA ของสหรัฐอเมริกา

ดาวเทียมยุทธวิธี เป็นดาวเทียมที่มีหลายรูปแบบแล้วแต่ความต้องการทางด้านกิจการทหาร ส่วนมากเคลื่อนที่ด้วยความเร็วไม่เท่ากับโลกหมุนรอบตัวเองเพื่อให้ดาวเทียม***โคจร***ใกล้โลก สามารถถ่ายภาพและส่งข้อมูลกลับมายังสถานีภาคพื้นดินได้

การที่แต่ละประเทศจะส่งดาวเทียมขึ้นไปโคจรรอบโลกนั้นจะต้องได้รับการ-จัดสรรวงโคจรจากองค์การโทรคมนาคมทางดาวเทียมระหว่างประเทศ(International Telecommunication Satellite Organization)ก่อน มิฉะนั้นอาจเกิดปัญหาเนื่องจากปัจจุบันมีการส่งดาวเทียมขึ้นไปโคจรเป็นจำนวนมาก อาจทำให้เกิดการ***คับคั่ง***และเกิดการชนกันทำให้เสียหาย

จากการที่บริษัท ชินวัตรคอมพิวเตอร์ แอน คอมมิวนิเคชั่นจำกัด (มหาชน) ได้รับ***สัมปทาน***โครงการดาวเทียมสื่อสารแห่งชาติของกระทรวงคมนาคมเป็นเวลา ๒๐ ปี (๒๕๔๓-๒๕๖๔) โดยได้รับการคุ้มครองสิทธิเช่าเป็นเวลา ๘ ปี ได้ส่งดาวเทียมไทยคม ๑, ๒ และ ๓ ทำให้เกิดความก้าวหน้าในการใช้เทคโนโลยีในแขนงต่างๆ โดยเฉพาะอย่างยิ่งด้านโทรคมนาคมการติดต่อสื่อสารได้สะดวกขึ้น และเมื่อวันที่ ๑๑ **สิงหาคม ๔๘ ได้ส่งดาวเทียมไทยคม ๔ (ไอพีสตาร์) ขึ้นสู่วงโคจรรอบโลกอีกหนึ่งดวง** เป็นดาวเทียมสัญชาติไทยที่***ผงาด***ขึ้นสู่ท้องฟ้าอย่างภาคภูมิใจด้วย เป็นดาวเทียมสื่อสาร**เชิงพาณิชย์ที่ใหญ่ที่สุดในโลกและทันสมัยที่สุดในขณะนี้ของบริษัท ชินแซตเทลไลท์ จำกัด (มหาชน) (ชินแซต) ขึ้นไปโคจรรอบโลกโดยไทยคม ๔ หรือไอพีสตาร์** ถูกส่งจากฐานปล่อยจรวดที่เมือง คูรู จังหวัดโพ้นทะเลเฟรนซ์กิยานา ประเทศฝรั่งเศส④

สำหรับที่มาของชื่อดาวเทียม “ไทยคม” (Thai com) คือเมื่อประมาณ ๑๒ ปีที่แล้วคนไทยได้ตื่นเต้นกับความรู้สึกความเป็นเจ้าของดาวเทียมดวงแรกของไทยที่ชื่อ “ไทยคม” ซึ่งเป็นดาวเทียมสื่อสารที่ได้รับพระราชทานชื่อจากพระบาทสมเด็จพระเจ้าอยู่หัว มาจากคำว่า “ไทยคมนาคม” ถูกส่งขึ้นสู่วงโคจรในวันที่ ๑๗ ธันวาคม ๒๕๓๖ เป็นการส่งดาวเทียมขึ้นสู่อวกาศโดยใช้หลักการยิงขึ้นสู่ท้องฟ้าด้วยกำลังแรงส่ง โดยจรวดกำลังสูงเป็นตัวนำดาวเทียมขึ้นไป แต่โดยวิธีนี้จรวดจะถูกทำลายไปในระหว่างการขึ้นสู่อวกาศ ในปัจจุบันจึงเริ่มมีการนำดาวเทียมขึ้นไปกับยานขนส่งอวกาศแล้วปล่อยเข้าในวงโคจรแทนการยิงดาวเทียมไทยคม ๑ ถูกส่งขึ้นวงโคจรในระดับความสูงจากพื้นดินเหนือเส้นศูนย์สูตร ๕,๗๘๖ กิโลเมตรและโคจรไปในทิศทาง

เดียวกับที่โลกหมุนรอบ ตัวเองจะโคจรรอบโลกภายในเวลา ๒๔ ชั่วโมง

ดาวเทียมไทยคม ๑, ๒ และ ๓ ได้ถูกส่งขึ้นเข้าสู่วงโคจรในปี ๒๕๓๖, ๒๕๓๗ และ ๒๕๔๐ ตามลำดับโดยดาวเทียมไทยคม ๑ และ ๒ เป็นดาวเทียมทรงกระบอกรุ่น HS-๓๗๖ ใช้พลังงานแสงอาทิตย์และแบตเตอรี่ ชนิด นิเกิลไฮโดรเจน สามารถให้บริการช่องสัญญาณ จำนวน ๒๘ Transponder (Transponder คือ เครื่องรับส่งสัญญาณสื่อสารในตัวดาวเทียม) แบ่งเป็น ย่านความถี่ C-BAND จำนวน ๒๒ Transponder และ KU-BAND จำนวน ๖ Transponder ทั้งถ่ายทอดสัญญาณโทรทัศน์วิทยุ และสื่อสาร**โทรศัพท์ สามารถส่งผ่านได้ทั้งข้อมูลภาพและเสียง ดาวเทียมไทยคม ๓ เป็นดาวเทียม**รุ่นสเปซบัส-๓๐๐๐ เอ ซึ่งมีขนาดใหญ่และกำลังส่งสูงมาก ประกอบด้วยช่องสัญญาณย่านความถี่ C-BAND จำนวน ๒๕ Transponder มีพื้นที่บริการครอบคลุมสี่ทวีป คือ เอเชีย ยุโรป ออสเตรเลีย และแอฟริกา นอกจากนั้นยังมีช่องสัญญาณย่านความถี่ KU-BAND จำนวน ๑๕ Transponder โดยแบ่งพื้นที่ให้บริการเฉพาะจุด (FIX SPOT BEAM) ซึ่งมีพื้นที่บริการครอบคลุมประเทศไทย และประเทศในภูมิภาคอินโดจีนและแบบ STEERABLE SPOT BEAM ครอบคลุมพื้นที่ประเทศอินเดีย ดาวเทียมไทยคมนับว่าเป็นจุดเปลี่ยนที่ทำให้การสื่อสารโทรคมนาคมของไทยก้าวสู่ยุคแห่งความล้ำหน้า และได้เข้ามามีส่วน-ร่วมในการสนอง***พระราชดำริ***ในเรื่องของการศึกษาโดยการนำเอาดาวเทียมไทยคมเข้าไปใช้ในกิจการด้านการเรียน การสอน เจตนารมณ์ดังกล่าวเป็นการตอบสนองความต้องการของประชาชน และเป็นการปรับปรุงในเรื่องของการศึกษาให้สอดคล้องกับยุคสมัยอีกด้วยอีกทั้งยังเป็นการจัดการศึกษาใต้ร่ม***พระบารมี***อย่างแท้จริง เป็นการ-สนอง***พระบรมราโชบาย***ทางการศึกษา ในอันที่จะทำให้โรงเรียนไกลกังวลเป็นเครือ-ข่ายและเป็นศูนย์กลางการศึกษาทางไกล

อย่างไรก็ตาม ดาวเทียมไทยคม ๓ ยังมีปัญหาในเรื่องระบบควบคุมเชื้อเพลิงบางอย่างขัดข้อง ทำให้ต้องปรับแผนการบริหารดาวเทียมใหม่ให้ดาวเทียมไทยคม ๓ สิ้น-สุดการใช้งานในราวปี ๒๕๕๐ ส่วนดาวเทียมไทยคม ๑ และ ๒ จะหมดอายุใช้งาน

ไล่เลี่ยกันประมาณปี ๒๕๕๒ (อายุใช้งานประมาณ ๑๕ ปี)

ดาวเทียมไอพีสตาร์หรือไทยคม ๔ มีความแตกต่างจากดาวเทียมไทยคมสามดวงแรก คือ ไอพีสตาร์สามารถส่งข้อมูลได้มากกว่า เนื่องจากมีหลายความถี่ที่ใช้ในการ-สื่อสาร ไม่ว่าจะเป็นการส่งข้อมูล ส่งสัญญาณโทรศัพท์ ถ่ายทอดสัญญาณโทรทัศน์หรือสัญญาณเสียง เป็นต้น ซึ่งไทยคมรุ่นก่อนๆ ไม่สามารถทำได้ การส่งสัญญาณในลักษณะ Spot beam คือ การส่งสัญญาณคล้ายๆการส่องไฟฉาย จะทำให้ส่งสัญญาณได้ตรงจุดมากขึ้นและใช้จานรับสัญญาณที่เล็กลง ด้วยขนาดของดาวเทียมที่ใหญ่จึงทำให้ส่งสัญญาณได้กว้างทำให้สามารถส่งสัญญาณได้เป็นจำนวนมากพร้อมๆ กัน ดาวเทียมชนิดนี้หลายประเทศก็มีใช้แล้ว เช่น สหรัฐอเมริกา หลายประเทศในยุโรป ญี่ปุ่น และอินเดีย แต่ดาวเทียมดวงล่าสุด ไทยคม ๔ เป็นดาวเทียมที่ใหญ่ที่สุดและมีประสิทธิภาพดีที่สุดด้วย

ไอพีสตาร์ถูกสร้างขึ้นมาเพื่อปฏิบัติการให้บริการอินเตอร์เน็ตความเร็วสูง เป็นการให้บริการอินเตอร์เน็ตโปรโตคอลผ่านดาวเทียมแบบ ๒ ทาง (Two ways Broadband Internet) มีการเชื่อมต่อสัญญาณแบบตลอดเวลา (Always-on) ผ่านอุปกรณ์ชุดรับส่งสัญญาณดาวเทียม โดยไม่ต้องต่อสายโทรศัพท์ สามารถส่งข้อมูลขนาดใหญ่ประเภทไฟล์ข้อมูล ภาพนิ่ง เสียง หรือข้อมูลประเภทมัลติมีเดีย ได้แก่การบริการอินเตอร์ผ่านสายวงจรเช่า (LeasedLine) การกระจายสัญญาณภาพเสียงข้อมูล (Broadcasting) และการ-ให้บริการโทรศัพท์ในพื้นที่ชนบท (Rural Telephone) เป็นต้น ไอพีสตาร์เป็นดาวเทียมสื่อสารเชิงพาณิชย์ที่ใหญ่ที่สุดในโลก สามารถครอบคลุมพื้นที่ให้บริการ ๑๔ ประเทศในภาคพื้นเอเชียแปซิฟิก สามารถรองรับได้ ๒-๓ ล้านผู้ใช้งานในกลุ่มที่มีการใช้งานBroadband รวมทั้งการบริการส่งข้อมูลความเร็วสูงบนโครงข่ายโทรศัพท์พื้นฐานเทคโนโลยี ADSL (Asymmetric Digital Subscriber Line) จะส่งผลให้ดาวเทียมไทยคม ๔ เข้าไปมีบทบาทสำคัญในการให้การบริการที่เข้าถึงในทุกพื้นที่ แม้เป็นพื้นที่ห่างไกลทั่วทั้งภาคเอเชียแปซิฟิก นอกจากดาวเทียมไอพีสตาร์แล้ว หากแต่ยังมีดาวเทียมบีแกน เป็น

ดาวเทียมสื่อสารเคลื่อนที่อีกดวงหนึ่งที่ให้บริการอินเตอร์เน็ตความเร็วสูง ซึ่งบริษัท "อินมาแซท" ทุ่มทุนสร้างและจะเปิดให้บริการประมาณเดือนพฤศจิกายนนี้ และเตรียมแผนที่จะเข้ามาเจาะตลาดในประเทศไทยอีกด้วย

อย่างไรก็ดี "ชินยแซต" ยังเดินหน้าที่จะสร้างดาวเทียมไทยคม ๕ โดยเลือกบริษัท อัลคาเทล (Alcatel) ของฝรั่งเศสสร้างดาวเทียมราคา ๑๐๐ ล้านเหรียญสหรัฐฯ หรือ ๔,๑๒๐ ล้านบาทเพื่อส่งขึ้นไปโคจรในเดือนเมษายน ปี ๒๕๔๘ ซึ่งไทยคม ๕ จะให้บริการส่งสัญญาณโทรทัศน์ตรงจากดาวเทียมถึงบ้านให้กับลูกค้าในประเทศไทยและประเทศเพื่อนบ้าน อีกทั้งยังทำหน้าที่ทดแทนส่วนที่บกพร่องของไทยคม ๓ ด้วย ทั้งนี้ยังสามารถแจกจ่ายความถี่ได้ ๓๘ Transponder และมีอายุการงานนาน ๑๒ ปีเช่นเดียวกับไอพีสตาร์

ปัจจุบันดาวเทียมที่มีสัญชาติไทยมีทั้งหมด ๖ ดวง คือ ดาวเทียม ๑, ๒, ๓, ๔ และดาวเทียมของมหาวิทยาลัยเทคโนโลยีมหานคร คือไทยพัฒ ๑ และ ๒ ซึ่งมีเพียงดาวเทียมไทยพัฒ ๒ เท่านั้นที่เป็นดาวเทียมที่พัฒนาขึ้นโดยคนไทยอย่างแท้จริง

ในส่วนของกระทรวงกลาโหม ได้รับแบ่งช่องสัญญาณจากดาวเทียมไทยคมจำนวนหนึ่งในงานความมั่นคงของชาติ ซึ่งสามารถนำมาใช้ประโยชน์ทางการทหารได้อย่างมหาศาล แต่เราจะนำมาใช้อย่างไรต้องขึ้นอยู่กับความรู้ที่มี อย่างไรก็ตามกองทัพบกของเราจะต้องพยายามพัฒนาบุคลากรให้มีความรู้ติดตามเทคโนโลยีให้ทันต้องยอมเสียงบประมาณส่วนหนึ่งในการให้ความรู้กับกำลังพล อย่าได้คิดว่าการให้ความรู้กับกำลังพลเป็นสิ่งที่สิ้นเปลืองไม่คุ้มค่า ยอมสละงบประมาณทุ่มเทให้กับความรู้ให้มากกว่านี้ อันจะก่อให้เกิดประโยชน์อย่างคุ้มค่า มิให้ล้าหลังกว่ากองทัพประเทศอื่นหรือประเทศเพื่อนบ้านของเรา

จาก **ยุทธโกษ** ประจำเดือนตุลาคม-พฤศจิกายน-ธันวาคม ๒๕๕๐

1. ศัพท์และวลี

ขับเคลื่อน	ก.	推进，启动
โลกาภิวัตน์	น.	全球化，全球性
พระราชโอรส	น.	王子
สัญชาติญาณ	น.	本性，本能
ปวดร้าวปวดใจ	ก.	痛心，伤心
พระปรีชา	น.	[王] 聪明，才智，智慧
พระราชทาน	ก.	[王] 钦赐，御赐
ปะติดปะต่อ	ก.	串连，连贯
ยุทธวิธี	น.	战术
อุตุนิยมวิทยา	น.	气象，气象学
โคจร	ก.	运行，环行
	น.	轨道
คับคั่ง	ก.	拥挤，密集
สัมปทาน	ก.	专利权，垄断权
ผงาด	ก.	突出，高耸；崛起
พระราชดำริ	น.	[王] 考虑，打算
พระบารมี	น.	恩德，德泽，德行，仁德
พระบรมราโชบาย	น.	[王] 政策

2. ความรู้ภูมิหลัง

泰国的卫星通信事业

从20世纪90年代开始，泰国积极推进卫星通信计划。自首颗通信卫星“泰空1号”（Thaicom-1）于1993年12月从法属圭亚那卫星发射基地发射升空以来，泰国通过与欧洲合作相继发射了“泰空2号”（Thaicom-2）和“泰空3号”（Thaicom-3）通信卫星，将泰国带入了远程通信的新时代。2005年8月11日，泰国IPSTAR公司通过与法国合作，由欧洲阿丽亚娜—5G型火箭成功发射了“泰空4号”（Thaicom-4）通信卫星。“泰空4号”总共耗费了160亿泰铢（约4亿美元），是世界上首颗多频率卫星，同时也是世界上迄今为止体积最大和覆盖面最广的通信卫星。据报道，该卫星完全应用了泰国自行研发的技术并享有全部的技术专利权。2005年10月，当时的泰国总理他信在访问法国时向希拉克总统提出了进一步加强两国科技合作，特别是太空卫星技术方面合作的意向。2006年7月19日，泰国与法国宇航公司签署了一项数百万美元的合同，由法国公司为泰国制造一颗侦察卫星，供国家安全部队使用。

3. ข้อสังเกต

① สมัยกรุงรัตนโกสินทร์：也称สมัยกรุงเทพฯ 或 สมัยจักรี 1782年，吞武里王朝被推翻后，郑信王手下的部将昭披耶却克里加冕为国王，为“拉玛一世”（1782—1809），史称“曼谷王朝”或“却克里王朝”。

② สมัย ร. ๕：即ราชการที่ ๕，曼谷王朝拉玛五世พระบาทสมเด็จพระจุลจอมเกล้าเจ้าอยู่หัว（1868—1910） 拉玛五世在位42年，是采取改革措施最多的一位国王。改革的领域涉及政治、经济、文化、社会风尚等各个方面。鉴于他的贡献，泰国民众尊称他为“朱拉隆功大帝”。

③ มีนายกรัฐมนตรีที่มีวิสัยทัศน์：此处的นายกรัฐมนตร指泰国第54届政府总理他

信。他信1949年7月26日出生于泰国清迈府，是第四代华裔。他信自幼学习刻苦勤奋，曾获美国肯塔基大学硕士学位和美国休斯敦德州州立大学博士学位。1983年，他信创办了西那瓦电脑服务与投资公司。1990年他信的公司上市，基本上垄断了当时泰国的电视卫星和移动电话行业。他还控制了泰国最发达的有线电视——IBC的业务。泰国的通信卫星“泰空1号”“泰空2号”都是他信公司的杰作。他信于2000年入选《财富》杂志评出的世界上最富有的500人。他信于2001年2月9日出任泰国总理，于2006年9月19日被军事政变推翻。

④ เมืองคูรู จังหวัดโพ้นทะเลเฟรนซ์กิยานา ประเทศฝรั่งเศส：法属圭亚那库鲁航天发射中心所在地。

4. จงตอบข้อถามเกี่ยวกับบทความดังต่อไปนี้

1） ดาวเทียมตามลักษณะงานแบ่งออกได้เป็นกี่ประเภท คืออะไรบ้าง

2） ดาวเทียมที่ใช้ในการสื่อสารโทรคมนาคมคือดาวเทียมอะไร

3） ดาวเทียมสำรวจเป็นดาวเทียมใช้สำหรับอะไร

4） ดาวเทียมยุทธวิธีเป็นดาวเทียมใช้สำหรับอะไร

5） “ไทยคม” ดาวเทียมดวงแรกของไทยได้ชื่ออย่างไรและหมายความว่าอะไร

6） ดาวเทียมไทยคมมีความหมายสำคัญอะไรบ้าง

7） ไทยคม ๓ ยังมีปัญหาอะไรบ้าง

8） ไทยคม ๔ มีความแตกต่างจากดาวเทียมไทยคมสามดวงแรกอะไรบ้าง

9） ไอพีสตาร์ถูกสร้างขึ้นเพื่ออะไร

10） ที่ทหารจะใช้ประโยชน์ในงานความมั่นคงของชาติจากดาวเทียมไทยคมนั้น ต้องขึ้นอยู่กับอะไรบ้าง

21

การประชุมภาวะโลกร้อนที่ Montreal

有关全球变暖的蒙特利尔大会

เมื่อช่วงต้นเดือนที่ผ่านมา ได้มีการจัดประชุมในกรอบของสหประชาชาติว่าด้วยเรื่องการเปลี่ยนแปลงของสภาวะอากาศ (UN Framework Convention on Climate Change : UNFCCC) ที่เมือง Montreal ประเทศแคนาดา โดยมุ่งเป้าไปที่เรื่องภาวะโลกร้อน หรือ***ภาวะเรือนกระจก*** คอลัมน์ในวันนี้ผมจะได้วิเคราะห์ถึงที่มาที่ไปของปัญหาภาวะโลกร้อน ความร่วมมือระหว่างประเทศที่เกิดขึ้นและรายละเอียดการประชุมที่ Montreal

ภาวะโลกร้อน

ก่อนอื่นผมอยากจะกล่าวถึงภูมิหลังของภาวะโลกร้อนว่ามาจากสาเหตุใดและมีผลกระทบอย่างไร

ประการที่ ๑ ได้มีแนวโน้มการเพิ่มขึ้นของอุณหภูมิของโลกอย่างต่อเนื่องมาตั้งแต่ต้นศตวรรษที่ ๒๐ โดยเฉพาะ ๑๐ ปีที่ผ่านมา ถือได้ว่าเป็นทศวรรษที่ร้อนที่สุดนับตั้งแต่ได้มีการทำการตรวจวัดอุณหภูมิตั้งแต่ต้นศตวรรษที่๑๘ อย่างไรก็ตาม นัก-วิทยาศาสตร์บางท่านได้วิเคราะห์ว่าทศวรรษนี้อาจจะเป็นทศวรรษที่ร้อนที่สุดในรอบ ๑,๐๐๐ ปี และระดับของก๊าซ***คาร์บอนไดออกไซด์***ที่เป็นสาเหตุ ทำให้โลกร้อน อาจจะมีระดับที่สูงที่สุดในรอบ๖๕๐,๐๐๐ ปี และบางคนถึงกับกล่าวว่า ปี ๒๐๐๕ นี้ อาจจะเป็นปีที่ร้อนที่สุดในประวัติศาสตร์

ประการที่ ๒ มีการตรวจพบว่า ขั้วโลก โดยเฉพาะขั้วโลกเหนือ มีอุณหภูมิสูง

ขึ้นอย่างรวดเร็ว และน้ำแข็งละลายไป ๘% ในช่วง ๓๐ ปีที่ผ่านมา

ประการที่ ๓ มีบางคนเชื่อว่า มีการเชื่อมโยงกันระหว่างการเพิ่มขึ้นของอุณหภูมิมหาสมุทรกับความถี่ของการเกิดพายุเฮอริเคนและ***ไต้ฝุ่น***ที่มีความรุนแรงอย่างมาก รวมทั้งเกิดน้ำท่วม ทะเลทราย และการเพิ่มขึ้นของระดับน้ำทะเล

ดังนั้น ค่อนข้างจะมี***ฉันทามติ***ในแง่ที่ว่าอุณหภูมิของโลกเพิ่มขึ้นและมนุษย์น่าจะเป็นตัวการสำคัญที่ทำให้เกิดสภาวะดังกล่าว

ความร่วมมือระหว่างประเทศ

จากปัญหาดังกล่าว เมื่อปี ๑๙๙๒ ได้มีการจัดประชุมสุดยอด และมีการจัดทำกรอบความตกลงว่าด้วยสภาวะเปลี่ยนแปลงทางอากาศ (Framework Convention on Climate Change)① และต่อมาเมื่อปี ๑๙๙๗ ได้มีการจัดทำ***พิธีสาร***เกียวโต (Kyoto Protocol)② โดยมีการตั้งเป้าว่า ประเทศอุตสาหกรรมจะต้องปรับลดก๊าซคาร์บอนไดออกไซด์จากระดับปี ๑๙๙๐ ลง ๕% ภายในปี ๒๐๑๒ ในปัจจุบันพิธีสารเกียวโตได้มีการให้***สัตยาบัน***ไปแล้วกว่า ๑๕๐ ประเทศ

อย่างไรก็ตาม มีปัญหาเกิดขึ้น โดยเฉพาะการที่ประเทศกำลังพัฒนา เช่น จีน และอินเดีย ไม่ต้องถูกบังคับให้ตัดลดก๊าซคาร์บอนไดออกไซด์ ในขณะที่สหรัฐฯ ซึ่งเป็นประเทศที่ปล่อยก๊าซคาร์บอนไดออกไซด์ออกมาถึง๓๖% จะต้องปรับลดก๊าซ-คาร์บอนไดออกไซด์ลงเป็นจำนวนมาก ซึ่งสหรัฐฯ มองว่าอาจกระทบต่อการพัฒนาเศรษฐกิจของตน จึงได้ตัดสินใจถอนตัวออกจากพิธีสารเกียวโตในปี ๒๐๐๑ และไม่ได้ให้สัตยาบัน

นอกจากนี้ ประเทศจีนและอินเดียมีความต้องการพลังงานอย่างมากเพื่อพัฒนาเศรษฐกิจ และขณะนี้ก็ไม่มีทางเลือกอื่น นอกจากการใช้น้ำมันและถ่านหินซึ่งเป็น***ต้น-ตอ***ของก๊าซคาร์บอนไดออกไซด์

ปัญหาอีกประการหนึ่งของพิธีสารเกียวโตคือพิธีสาดัง-กล่าวเลียนแบบพิธีสาร

Montreal③ ซึ่งประสบความสำเร็จในการลดสาร ***CFC*** ที่เป็นตัวการให้เกิดรูรั่วของชั้น***โอโซน*** อย่างไรก็ตาม เมื่อเปรียบกันแล้ว การลดสาร CFC เป็นเรื่องง่าย แต่การ-ลดก๊าซคาร์บอนไดออกไซด์จะเกี่ยวพันกับการพัฒนาเศรษฐกิจ จึงเป็นเรื่องยาก

การประชุมที่ Montreal

ดังนั้น การประชุมที่ Montreal เมื่อต้นเดือนนี้จึงมีวัตถุประสงค์ที่สำคัญคือ *ประการแรก* ต้องการให้มีการหารือกันในเรื่องนี้โดยมีสหรัฐฯ และประเทศกำลังพัฒนาโดยเฉพาะจีนและอินเดียเข้าร่วมด้วย *ประการที่สอง* ต้องการให้มีการหารือกันถึงแผนการสำหรับแก้ปัญหาสภาวะโลกร้อนภายหลังปี ๒๐๑๒ ซึ่งเป็นปีสิ้นสุดของพิธีสารเกียวโต

สำหรับท่าทีของประเทศต่างๆ นั้น ผมจะขอเริ่มด้วยท่าทีของสหรัฐฯ ตามที่ได้กล่าวแล้วว่า สหรัฐฯ ไม่เห็นด้วยกับพิธีสารเกียวโต และตัดสินใจถอนตัวออกจากพิธีสารดังกล่าว และหันมาลดก๊าซคาร์บอนไดออกไซด์ด้วยความสมัครใจ โดยตั้งเป้าว่าจะลด ๑๘% ภายในปี ๒๐๑๒ และเน้นการพัฒนา Clean Technology สหรัฐฯ ไม่เห็น-ด้วยที่จะให้มีข้อผูกมัดประเทศต่างๆ ในการประชุมที่ Montreal และสหรัฐฯ จะเดินหน้าต่อไปด้วยความสมัครใจ โดยเน้นวิทยาศาสตร์ เทคโนโลยี และความตกลงทวิภาคีกับประเทศต่างๆ สหรัฐฯ เน้นว่า จะสร้างความร่วมมือระหว่างประเทศ แทนที่จะเป็นการบังคับระหว่างประเทศ

อย่างไรก็ตาม มีผู้ตั้งข้อสังเกตว่า ท่าทีแข็งกร้าวของสหรัฐฯ คงจะลดลงหลังจากเกิดเหตุการณ์พายุเฮอริเคน แคทรีนา และมีหลักฐานทางวิทยาศาสตร์ที่อ้างว่า ภาวะโลกร้อนอาจจะเป็นสาเหตุของการเกิดพายุเฮอริเคนที่ร้ายแรงที่สุดในประวัติศาสตร์ของสหรัฐฯ และท่าทีล่าสุดของสหรัฐฯ ก็อ่อนลงโดยสหรัฐฯ เห็นชอบกับข้อเสนอของแคนาดา ที่จะให้มีการหารือกันในเรื่องภาวะโลกร้อนกับประเทศที่ไม่ได้เป็นภาคีพิธีสารเกียวโต คือ สหรัฐฯ จีน อินเดีย และประเทศกำลังพัฒนาบางประเทศ

สำหรับท่าทีของรัสเซียนั้น ก็มีความสำคัญ เพราะรัสเซียเป็นประเทศรองจากสหรัฐฯ ในการปล่อยก๊าซคาร์บอนไดออกไซด์ออกมาถึง ๑๗% และรัสเซียเป็นประเทศที่ให้สัตยาบันในพิธีสารเกียวโตไปแล้ว และได้ทำให้พิธีสารมีผลบังคับใช้ อย่างไรก็ตาม ในระหว่างการประชุมที่ Montreal รัสเซียมีท่าทีไม่เห็นด้วยกับข้อเสนอของแคนาดาที่จะให้มีการหารือกับประเทศนอกภาคีและข้อเสนอของแคนาดาที่จะให้มีการจัดทำแผนการเพื่อที่จะขยายความร่วมมือภายหลังปี ๒๐๑๒ อย่างไรก็ตาม ในช่วงสุดท้ายของการประชุม ท่าทีของรัสเซียก็อ่อนลง

สำหรับสหภาพยุโรปนั้น ผลักดันเต็มที่ที่จะให้มีการจัดทำเอกสารเหมือนกับพิธีสารเกียวโตภายในปี๒๐๐๙ และต้องการให้ประเทศอุตสาหกรรมปรับลดก๊าซ-คาร์บอนไดออกไซด์ลง ๑๕-๓๐% ภายในปี ๒๐๒๐

สำหรับผลการประชุมล่าสุดเมื่อวันที่ ๑๐ ธันวาคมนี้ หลังจากเจรจากันอยู่นานถึง ๒ อาทิตย์ ที่ประชุมก็สามารถตกลงกันได้โดยจะให้มีการจัดทำ Road Map เพื่อขยายพิธีสารเกียวโตต่อไปหลังจากปี ๒๐๑๒ นอกจากนี้ยังตกลงที่จะให้มีการเจรจากับประเทศนอกภาคี โดยเฉพาะกับสหรัฐฯ จีนและอินเดีย

เป้าหมายหลักคือ จะให้เริ่มมีการเจรจากันประมาณปี ๒๐๐๖ และเจรจาจัดทำข้อตกลงใหม่ โดยจะมีเวลาในการเจรจาและให้สัตยาบัน ๗ ปี คือก่อนปี ๒๐๑๒ ทั้งนี้ประเทศส่วนใหญ่เห็นว่าจะต้องมีการตัดลดก๊าซคาร์บอนไดออกไซด์ลงไปอีกเพื่อแก้ไขปัญหาโลกร้อนในอนาคต

จาก **สยามรัฐ สัปดาห์วิจารณ์** ฉบับ วันที่ ๑๖ - ๒๒ ธ.ค. พ.ศ. ๒๕๔๘

1. ศัพท์และวลี

ภาวะเรือนกระจก	น.	温室效应
คาร์บอนไดออกไซด์	น.	二氧化碳（carbon dioxide）
ไต้ฝุ่น	น.	台风（typhoon）
ฉันทามติ	น.	一致，一致性
พิธีสาร	น.	协定书，议定书
สัตยาบัน	น.	（议会等）批准条约
ต้นตอ	น.	根源，本源，起源，起因
CFC	น.	氟氯化碳（chlorofluorocarbon）
โอโซน	น.	臭氧（Ozone）

2. ความรู้ภูมิหลัง

全球气候变暖的主要原因

一、人口剧增

人口剧增是全球变暖的主要因素之一，导致大气中二氧化碳的含量不断增加，也严重威胁自然生态环境的平衡。

二、大气环境污染

大气环境污染是全球变暖的主要因素之一，自20世纪末起地球表面的温度就已经开始上升。

三、海洋生态环境恶化

大量有毒性化学废料和固体废物不断排入海洋，以及由人类活动引发的对沿海

地区生态环境的破坏等，都是导致海水生态环境遭破坏的主要因素。

四、土地遭侵蚀、沙化

不适当的农业生产，对植被造成了严重的破坏，降低了土壤的生物生产力及其保持生产力的能力。

五、森林资源锐减

自然或人为的因素造成森林面积正在锐减。

3. ข้อสังเกต

① Framework Convention on Climate Change：《联合国气候变化框架公约》（United Nations Framework Convention on Climate Change），是1992年5月22日联合国政府间谈判委员会就气候变化问题达成的公约，于1992年6月4日在巴西里约热内卢举行的联合国环境大会（地球首脑会议）上通过。《联合国气候变化框架公约》是世界上第一个为全面控制二氧化碳等温室气体排放，以应对全球气候变暖给人类经济和社会带来不利影响的国际公约，也是国际社会在应对全球气候变化问题上进行国际合作的一个基本框架。公约于1994年3月21日正式生效。截至2004年5月，公约已拥有189个缔约方。

② พิธีสารเกียวโต (Kyoto Protocol)：《京都议定书》 于1997年12月在日本京都召开的《联合国气候变化框架公约》缔约方第三次会议上通过，旨在限制发达国家温室气体排放量以抑制全球变暖。《京都议定书》规定，到2010年，所有发达国家二氧化碳等6种温室气体的排放量要比1990年减少5.2%。具体而言，各发达国家从2008—2012年必须完成的削减目标：与1990年相比，欧盟削减8%、美国削减7%、日本削减6%、加拿大削减6%、东欧各国削减5%—8%。新西兰、俄罗斯和乌克兰可将排放量稳定在1990年水平。议定书同时允许爱尔兰、澳大利亚和挪威的排放量比1990年分别增加10%、8%和1%。

③ พิธีสาร Montreal：《关于消耗臭氧层的蒙特利尔议定书》 是为实施《保护臭氧层维也纳公约》并对消耗臭氧层的物质进行具体控制的全球性协定。其宗旨：采取控制消耗臭氧层物质全球排放总量的预防措施，以保护臭氧层不被破坏，

并根据科学技术的发展，顾及经济和技术的可行性，最终彻底消除消耗臭氧层物质的排放。该议定书于1987年9月16日在加拿大的蒙特利尔通过，向各国开放签字，于1989年1月1日生效。

4. จงตอบข้อถามเกี่ยวกับบทความดังต่อไปนี้

1） ทศวรรษไหนเป็นทศวรรษที่ร้อนที่สุดนับตั้งแต่ศตวรรษที่ ๑๙
2） สาเหตุที่ทำให้โลกร้อนคืออะไร
3） ผู้เขียนเห็นด้วยกับทัศนะที่ว่ามนุษย์น่าจะเป็นตัวการสำคัญที่ทำให้โลกร้อนไหม
4） เป้าหมายของพิธีสารเกียวโตคืออะไร
5） เพราะเหตุใด สหรัฐฯจึงได้ตัดสินใจถอนตัวออกจากพิธีสารเกียวโตในปี ๒๐๐๑ และไม่ได้ให้สัตยาบัน
6） เพราะเหตุใดท่าทีแข็งกร้าวของสหรัฐฯ คงจะลดลงหลังจากเกิดเหตุการณ์พายุเฮอริเคนแคทรีนา
7） เพราะเหตุใดท่าทีของรัสเซียต่อพิธีสารเกียวโตก็มีความสำคัญ
8） สหภาพยุโรปนั้นมีท่าทีอย่างไรต่อพิธีสารเกียวโต
9） การประชุมครั้งนี้ได้ผลอะไรบ้าง

22

บันไดขั้นที่สองของการลดขยะพลาสติกกับอนาคตลูกหลาน

减少塑料垃圾的第二步骤与子孙后代的未来

ดีเดย์① วันที่ 1 มกราคม 2563 เป็นการเริ่มต้นมาตรการงดใช้ถุงพลสติกใช้ครั้งเดียวทิ้ง หรือ ***ถุงก๊อบแก๊บ***②ที่กระทรวงทรัพยากรธรรมชาติ และสิ่งแวดล้อมทำข้อ-ตกลงร่วมกับห้างสรรพสินค้า ศูนย์การค้า ซูเปอร์มาเก็ตและและร้านสะดวกซื้อต่างๆ ทั่วประเทศ ถือเป็นการเริ่มต้นที่ดี

กระแสที่เกิดขึ้นคือ ประชาชนตื่นตัวตอบรับกับมาตรการดังกล่าว เตรียมพกถุงผ้าและภาชนะต่างๆไปเตรียมใส่สินค้า แต่ยังไม่สมบูรณ์แบบ เนื่องจากยังมีกระแสความไม่พอใจของประชาชนบางส่วนที่ไม่ได้รับความสะดวก และไม่ได้เตรียมความ-พร้อมกรณีดังกล่าว และฝ่ายการเมืองก็นำไปขยายความ และโหนกระแส③เพื่อหวังผลทางการเมือง

อย่างไรก็ตาม ต้องทำความเข้าใจว่า เรื่องนี้ไม่ใช่เรื่องใหม่ที่ประกาศออกมาโดยกระทันหัน แต่มีการประชาสัมพันธ์กันมาอย่างต่อเนื่อง โดยเฉพาะห้างสรรพ-สินค้าบางแห่ง และร้านสะดวกซื้อได้***นำร่อง***งดใช้ถุงพลาสติกมาก่อนแล้ว โดยในห้างฯบางแห่งจะมีช่องคิดเงินที่ไม่แจกถุงพลาสติก หรือถ้าต้องการถุงพลาสติกจะต้องจ่ายเงินซื้อเป็นต้น

ทั้งนี้ ต้องไม่ลืมว่า กว่าจะมาถึงการออกมาตรการในวันนี้นั้น ประเทศไทยเรา

ผ่านอะไรมาบ้าง ซึ่ง ผศ.[4]ดร.ธรณ์ ธำรงนาวาสวัสดิ์ รองคณบดีคณะประมง มหาวิทยาลัยเกษตรศาสตร์ และผู้เชี่ยวชาญด้านทะเลไทย โพสต์ข้อความใน***เพจ***เฟซบุ๊กในตอนหนึ่งว่า "...ปีใหม่แล้ว การจัดการปัญหาขยะพลาสติกใช้แล้วทิ้ง/ขยะทะเล**เริ่มเข้มข้นขึ้น** เลยอยากสรุปให้**เพื่อนธรณ์ฟัง** เริ่มจากผลกระทบของขยะทะเลในปี 62 ที่ผ่านมาไม่ได้ลดลง สัตว์ทะเลหายาก หลายร้อยตัวบาดเจ็บ/ตาย ทั้งติดขยะทะเลภายนอก/กินขยะ

หาดที่เต็มไปด้วยขยะพลาสติกพบอยู่ทั่วไปไม่เว้นแม้แต่หาดห่างไกลไม่มีชุมชนใหญ่ใกล้เคียง เจ้าหน้าที่และอาสาสมัครผู้ไปช่วยเก็บขยะต่างรายงานว่า ขยะทะเลมีอยู่มหาศาล ถุงพลาสติกซ้อนกันเป็นชั้นๆ ใต้ผืนทราย ถึงขั้นต้องใช้จอบขุด ยังรวมถึงขยะทะเลที่สะสมอยู่ตามพื้นทะเล ส่งผลกระทบต่อ***ระบบนิเวศ*** และแตกตัวเป็น***ไมโครพลาสติก*** เริ่มเข้าสู่*ห่วงโซ่อาหาร*

นั่นคือเหตุผลหนึ่ง ที่เราต้องเร่งมือจัดการขยะพลาสติกเพื่อไม่ให้เกิดผลกระทบหนักหน่วงจนส่งผลต่อทะเล สัตว์น้ำ เศรษฐกิจ หาดท่องเที่ยว ตลอดจน***ภาพลักษณ์***ในสายตาชาวโลกที่อาจกลับมาเป็นการกีดกันทางการค้า/การขึ้นภาษี/แบนสินค้าของไทยฯลฯ แผนเราเป็นบันได 3 ขั้น รณรงค์ - ข้อตกลง - กฎระเบียบ เราอยู่ในขั้นรณรงค์มาร่วม 20 ปีและยังต้องทำต่อไป

แต่ตอนนี้เรากำลังขึ้นบันไดขั้นสอง โดยกระทรวงทรัพยากรทำข้อตกลงกับห้างร้านกว่า 90 แห่งที่จะไม่แจกถุงพลาสติกหูหิ้วอย่างบาง

ข้อตกลงสามารถยกเลิกได้ กระทรวงฯ จึงกำลังพยายามไปขั้นสามโดยออก พรบ. จัดการปัญหาขยะพลาสติกให้ได้ในปีนี้เพื่อยก

ระดับการจัดการของไทยให้ทันโลก เพราะปัจจุบัน 127 ประเทศมีกฎหมาย/ระเบียบในการจัดการแล้ว..."

ดังนั้น สถานการณ์ของประเทศไทยที่มาถึงบันไดขั้นที่สองแล้วนั้นยังต้องเร่งสร้างจิตสำนึกและความร่วมมือกันของทุกฝ่าย ลดความสะดวกสบาย และมอง

ประโยชน์ในภาพรวมที่จะได้กลับคืนมาสู่คุณภาพชีวิตของประชาชน สิ่งแวดล้อมและอนาคตของลูกหลาน

จาก**สยามรัฐออนไลน์** 9 มกราคม 2563 บทบรรณาธิการ

1. ศัพท์และวลี

นำร่อง	ก.	领航，领港，引水
เพจ	น.	网页（page）
ระบบนิเวศ	น.	生态系统
ไมโครพลาสติก	น.	微塑料（micro plastic）
ห่วงโซ่อาหาร	น.	食物链
ภาพลักษณ์	น.	形象

2. ความรู้ภูมิหลัง

白色垃圾及其危害

白色垃圾一般指白色污染，是对废塑料污染环境现象的一种形象称谓，是指用聚苯乙烯、聚丙烯、聚氯乙烯等高分子化合物制成的包装袋、农用地膜、一次性餐具、塑料瓶等塑料制品使用后被弃置成为固体废物。

白色污染的危害极大，主要包括视觉刺激和潜在危害两个方面。

视觉刺激指白色污染会给人们的视觉带来不良刺激，因为如果对废弃塑料产品放任不管或处理不到位，四处散落的废弃塑料产品势必会对周围景色造成破坏，影响美观。

潜在危害是指废弃塑料产品进入自然环境后带来的深层次环境问题，例如：

第一，废弃塑料产品难以自然降解，其中的细菌、病毒等有害物质很容易渗入地下，污染地下水。

第二，在焚烧废弃塑料产品的时候，可能产生一些有毒气体，如氯气等。这些有毒气体会污染空气，进而伤害人们的呼吸道，威胁人类健康。

第三，侵占土地过多。塑料、纸屑和粉尘随风飞扬，污染空气。

第四，火灾隐患。白色垃圾几乎都是可燃物，在天然堆放过程中会产生甲烷等可燃气，遇明火或自燃易引起的火灾事故不断发生，时常造成重大损失。

第五，白色垃圾可能成为有害生物的巢穴。它们能为老鼠、鸟类及蚊蝇提供食物、栖息和繁殖的场所，而其中的残留物也常常是传染疾病的根源。

3. ข้อสังเกต

① ดีเดย์：（重要活动的）开始日、启动日、实施日。

② ถุงก๊อบแก๊บ：ก๊อบแก๊บ是泰语象声词，指触碰或打开塑料袋时发出的声音。ถุงก๊อบแก๊บ即塑料袋。

③ โหนกระแส：โหน意为“（抓物）悬垂”“（抓物）摆动”“（抓物）摆荡”。此处指“蹭热度”，有讽刺的意味。

④ ผศ.：助理教授（ผู้ช่วยศาสตราจารย์的缩写）是泰国高校里高于讲师低于副教授的职称。

4. จงตอบข้อถามเกี่ยวกับบทความดังต่อไปนี้

1） สำหรับการเริ่มต้นมาตรการงดใช้ถุงพลสติกใช้ครั้งเดียวทิ้งนั้น คนไทยมีท่าที

อย่างไรบ้าง

2) ห้างสรรพสินค้าบางแห่ง และ ร้านค้าได้เป็นตัวอย่างงดใช้ถุงพลาสติกอย่างไรมาก่อนแล้ว

3) เพราะเหตุไรทางการไทยกับห้างฯและร้านค้าต้องออกมาตรการงดใช้ถุง-พลาสติก

4) แผนการจัดการปัญหาขยะพลาสติกของไทยมีความละเอียดอย่างไร ปัจจุบันได้ดำเนินถึงขั้นใดแล้ว

5) ตามความเห็นของผู้เขียนบทความ จิตสำนึกการจัดการปัญหาขยะพลาสติกนั้นเกี่ยวพันอะไร

5. สิ่งละอันพันละน้อยด้านภาษา

缩略词

缩略词又称“缩写词”，指在音节和字母上被省略或简化的词汇。常见的泰语缩略词构词法主要有3种：首字母缩略法、截短法、借用法。

一、首字母缩略法

此种方法是泰语缩略词最普遍的构词法，即取每个实词、词根或音节的第一个字母来组合造词，一个字母代表一个词。例如：

น. — นาฬิกา 点钟，名词	ทบ. — ทหารบก 陆军
ผศ. — ผู้ช่วยศาสตราจารย์ 助理教授	อ.จ. — อาจารย์ 老师
จ. — จังหวัด 府	กศ. — การศึกษา 教育
ตร. — ตำรวจ 警察	กพ. — การแพทย์ 医学
จนท. — เจ้าหน้าที่ 官员	

需要指出的是，有些约定俗成的缩略词并非完全按首字母缩略法构成，有些缩

略词会有若干个意思。遇到这种容易产生歧义的情况，只能查阅缩略词词典或根据上下文来作出正确判断。例如：

ส.ห. — สารวัดทหาร 宪兵

มิ.ย. — มิถุนายน 六月

น. — นาม 名词

— นาฬิกา 点钟

ป.บ. — ไปรษณีย์บัตร 明信片

— ครูประชาบาล 民办学校教师

รร. — โรงเรียน（中、小）学校

— โรงแรม 旅馆，宾馆

二、截短法

主要以截取单词的词首、词腰、词尾为主。例如：

จฬ. — จุฬาลงกรณมหาวิทยาลัย 朱拉隆功大学

ปชต. — ประชาธิปไตย 民主

พ. — นายแพทย์ 医生

ป.ว. — คณะปฏิวัติ 革命团

คมช. — คณะมนตรีความมั่นคงแห่งชาติ 国家安全委员会

คสช. — คณะรักษาความสงบแห่งชาติ 全国维持和平秩序委员会（维和委员会）

三、借用法

借用法指借用外来语的缩略词。这类缩略词多源自英语，主要分为两大类。

一类是相对较早时期的外来语缩略词。这类缩略词都严格按照泰语的拼音规则进行了转换，多表示度量衡、头衔等。例如：

ก. — กรัม 克（gram）

ซ. — เซนติเกรด 摄氏（centigrade）

กม. — กิโลเมตร 千米（kilometer）

ต. — ตัน 吨（ton）

ดร. — ด็อกเต้อร์ 博士（doctor）

ล. — ลิตร 公升（liter）

另一类是相对较迟出现的外来语缩略词。它们以醒目、易记等特点，被泰语越来越多地直接借用。这类缩略词多为各种系统、有关金融机构或组织，以及其他方面的名称。例如：

COVID-19 — 新冠肺炎

ATM — 自动柜员机

GPS — 全球定位系统

WTO — 世界贸易组织

IMF — 国际货币基金组织

MTV — 音乐电视片

NASA —（美国）国家宇航局

OPEC — 石油输出国组织

CIA —（美国）中央情报局

UFO — 不明飞行物

第五单元 政治与社会

23

ไทย: ก๊วน ปชต. ล้มเหลว

泰国：民主殿堂毁灭

ในขณะที่การเลือกตั้งในไทยเกิดขึ้นอย่าง*ลุล่วง*ไปได้ท่ามกลางความ*โล่งอก*ของหลายฝ่าย ว่าไปแล้วถึงขณะนี้การเมืองวุ่นๆ ของบ้านเราก็ยังเป็นที่*สนอก*สนใจของต่างชาติอย่างต่อเนื่อง ไม่เพียงแต่เฉพาะ*รูปการณ์*ที่จะเกิดขึ้นในอนาคต รวมทั้งคำถามพื้นๆ และซ้ำๆ ของสังคมไทยว่า "ออกหรือไม่ออก" ของบุคคลระดับผู้นำประเทศเท่านั้น แต่ยังเป็นที่สนใจในแง่โครงสร้างความเป็นประชาธิปไตยที่*เปราะบาง*ของเมืองไทยด้วย

ล่าสุดนับเป็นอีกครั้งที่สื่อต่างชาติวิเคราะห์ถึง "**การเมืองไทยภายใต้ประชาธิปไตยเอเชียแท้ๆ**" โดยบทความของ นิวสวีก① ฉบับล่าสุด ระบุว่า วิกฤติการเมืองของไทยสะท้อนถึงการมีสถาบันประชาธิปไตยที่ยังเปราะบางอยู่มากโขของเอเชีย โดยเฉพาะเมืองไทย การมีประชาธิปไตยที่เปราะบางและลูกผีลูกคน ทำให้ประเทศนี้ต้องเผชิญเหตุการณ์เดินย่ำซ้ำรอยตัวเองอย่างไม่คาดฝัน คือ การเกิดสถานการณ์ชุมนุมประท้วงบนท้องถนน เพื่อขับไล่ผู้นำประเทศขึ้นอีกรอบ เรียกว่าซ้ำรอยอย่างไม่น่าจะเกิดกับเหตุการณ์ขับไล่ผู้นำเผด็จการของเมืองไทย ๒ รอบ คือเหตุการณ์พฤษภา②ทมิฬ และเหตุการณ์ขับไล่เผด็จการจอมพลถนอม กิตติขจร③ ที่ต่างเกิดขึ้นอย่างต่อเนื่องในช่วง ๒ ทศวรรษที่ผ่านมา

นิวสวีกวิเคราะห์ว่า เหตุการณ์ประท้วงขับไล่ พ.ต.ท. ทักษิณ ชินนวัตร ผู้**พยายามหาทางออกเพื่อสลายวิกฤติของตัวเขาเอง** ด้วยการประกาศการเลือกตั้งใหม่ (อย่างฉับพลัน) เป็นบริบทส่วนหนึ่งที่สะท้อนให้เห็นถึงความอึดอัดคับข้องใจของ

ประชาชนผู้ใช้สิทธิในเอเชีย กับ "ระบบการเลือกตั้ง" ภายใต้ระบอบประชาธิปไตยหน้าใหม่ที่เพิ่งก้าวเดินเป็นปรากฏการณ์คล้ายคลึงกับอีกประเทศ อาทิ ฟิลิปปินส์ ที่เกิดเหตุการณ์ประท้วงขับไล่ประธานาธิบดี กลอเรีย มาคาปากัล อาร์โรโย④ หรือกระทั่งในเกาหลีใต้ และไต้หวัน

นั่นทำให้เกิดภาวะตาสว่างจนเห็นธาตุแท้ (Disillusion) อย่างเพิ่มขึ้นมากมายในหมู่ชาวเอเชีย เพราะเห็นว่า การศรัทธาและปฏิบัติตนตามระบอบประชาธิปไตย ด้วยการไปใช้สิทธิลงคะแนนเสียงเลือกตั้ง ไม่ได้ทำให้เกิด "การเมืองที่ดีงาม" ที่พวกเขาต้องการขึ้นมา จากการเปิดเผยของหน่วยงาน "***ปรอท***วัดการเมืองเอเชีย" ซึ่งเป็นศูนย์ศึกษาทรรศนะด้านการเมืองใน ๑๐ ประเทศของเอเชียตะวันออก ระบุว่า ระบบปกครอง "สไตล์ประชาธิปไตยเอเชีย" ได้สร้างความไม่พอใจให้แก่ประชาชนในภูมิภาคนี้อย่างต่อเนื่องนับตั้งแต่ปี ๒๐๐๑

ขณะที่ผลสำรวจของชาวไต้หวัน และเกาหลีใต้ พบว่าประชาชนส่วนใหญ่ยังเห็นว่าประชาธิปไตยยังคงเป็น "ตัวเลือกสถานเดียว" สำหรับการเมือง ไม่ว่าประเทศจะเผชิญสถานการณ์ใดๆ ก็ตาม ส่วนฟิลิปปินส์และไทยพบว่า ประชาชนส่วนใหญ่มีปฏิกิริยาชอบยกประโยชน์ หรือเห็นอกเห็นใจต่อการเมืองประเภทรวบอำนาจ***เบ็ดเสร็จ***ค่อนข้างสูง ซึ่งความชอบทำนองนี้สะท้อนให้เห็นว่า ประชาธิปไตยของไทยและฟิลิปปินส์ยังคงตั้งวางอยู่บนสถาบันประชาธิปไตยที่เปราะบางและ***เอาแน่เอานอน***ไม่ได้ (Fluid And Fragile Foundation)

นิวสวีกกล่าวต่อไปว่า ปัญหาของการมีประชาธิปไตยที่ไร้ประสิทธิภาพบางส่วนมาจากการเลือกตั้งที่ล้มเหลว และไม่บริสุทธิ์ยุติธรรม ทำให้การเมืองของประเทศเหล่านี้ไม่สามารถมี "รัฐบาลที่สะอาดกว่าที่ผ่านมา" นอกจากนี้ จุดเปราะบางของการ-มีประชาธิปไตย ก็คือ ความคิดเห็นที่แตกต่าง ที่สามารถนำไปสู่ความแตกแยกทางสังคมได้อย่างง่ายๆ

ตัวอย่างระดับ***คลาสสิก***คือ สหรัฐฯ ประเทศแม่แบบประชาธิปไตย เคยมีการเลือก-

ตั้งที่***สูสี*** ระหว่าง จอร์จ ดับเบิลยู บุช กับ อัล กอร์ เมื่อปี ๒๐๐๐⑤ จนทำให้คนอเมริกันเกิดความแตกแยกทางความคิดอย่างเลวร้ายที่สุดในประวัติศาสตร์อเมริกาครั้งหนึ่ง อย่างไรก็ตาม ในขณะที่ตะวันตกรู้สึก "เคยชิน" กับปรากฏการณ์แบ่งข้างแบ่งฝ่ายในหมู่ประชาชน เอเชียก็ยังย่ำอยู่กับการมีประชาธิปไตยที่***เตาะแตะ***เหมือนเด็กไม่ประสา เพราะสถาบันการเมืองต่างๆ ล้มเหลวที่จะพัฒนาตัวเองไปสู่ความมี***วุฒิภาวะ***เต็มตัว

อาทิเช่น ในกรณีของเกาหลีใต้ แม้ว่าการเมืองแดนโสม⑥จะมีแก้กฎหมายต่างๆ นานา ที่เอื้อต่อการสร้างประชาธิปไตยสมัยใหม่ แต่การเมืองเกาหลีใต้ก็ยังไม่ได้พัฒนาไปถึงจุดดังกล่าว เพราะอิทธิพลจากวัฒนธรรม "ชอบนักการเมืองที่มีบารมี" หรือชอบตัวบุคคลมากกว่าภาพรวม และ "วัฒนธรรมการ***ด่าทอ***นักการเมืองของสื่อ" ทำให้โดย***ผิวเผิน***แล้ว อาจมองว่าการเมืองเกาหลีใต้ได้พัฒนาไปอย่างมากมายในช่วง ๒๐ปีที่ผ่านมา แต่ความจริงการเมืองแดนโสมยังคงติดหล่มอยู่กับการเมืองแบบเก่าๆ ตั้งแต่การให้สัญญาลวงจนถึงการใช้ความรู้สึกอารมณ์ที่***หยาบตื้น***ของสังคมปราศจากการวิเคราะห์ปัญหาอย่างลึกซึ้ง

ว่าไปแล้วระบอบการเมืองแบบ "ประชาธิปไตย" ในเอเชีย ต้องถือว่าได้รับการต้อนรับอย่าง***อุ่นหนาฝาคั่ง***จากประชาชนในภูมิภาคนี้ สังเกตจากการออกไปลงคะแนนใช้สิทธิเลือกตั้งของประชาชนในประเทศที่ต่างถือว่า จำนวนสูง (High Turnout) แต่ปัญหาที่กำลังน่าวิตกก็คือ การทะเลาะและดูถูกความคิดในหมู่ประชาชนที่ต่างยืนบนการสนับสนุนขั้วการเมืองที่ต่างฝ่ายกัน ซึ่งกำลังเกิดขึ้นอย่างลึกซึ้ง เช่น ในเมืองไทย กลุ่มชนชั้นกลางมีปฏิกิริยา***เดือดดาล***ประท้วงการเลือกตั้งเพราะไม่เชื่อว่ามันจะช่วยให้ได้นักการเมืองพันธุ์สะอาดมาเป็นผู้นำได้ และผู้นำกลุ่มขับไล่... บางคนมีการ-ดูถูกความคิดของประชาชนอีกฝ่ายว่าการศึกษาน้อยกว่า และมุ่งคิดแต่ประโยชน์***เฉพาะหน้า*** จนปล่อยให้ตัวเองถูกใช้สนับสนุนกระบวนการเลือกตั้งที่ล้มเหลว

นอกจากนี้ความคิดเห็นที่แตกต่างในสังคมไทยจากสถานการณ์ขับไล่ผู้นำประเทศกำลัง***บานปลาย***ไปสู่ "สงครามชนชั้น" โดยปรากฏการณ์นี้จะยิ่งลึกซึ้งหรือ

ร้าวลึกกว่าเดิม หากการเมืองไทยไม่สามารถหาทางออกได้ โดยเฉพาะในกรณีที่การเมืองไทยต้องมีการเลือกตั้งรอบใหม่จากปรากฏการณ์ "*โน โหวต*" ของกลุ่มชนชั้นกลาง! ซึ่งในอีกทางหนึ่ง ปรากฏการณ์ดังกล่าวกำลังขับปล่อยปัญหาออกมาสู่การเมืองไทยด้วยเช่นกัน แม้ว่าคนกลุ่มนี้ หรือกลุ่มชนชั้นกลางกำลังเลือกแก้ปัญหาวิกฤตผู้นำภาพเสื่อม ด้วยการลุกขึ้นมา "ล้างไพ่การเมือง" ด้วยตัวเองก็ตาม!

จาก **สยามรัฐ สัปดาห์วิจารณ์** ฉบับ วันที่ ๗ – ๑๓ เม.ย. พ.ศ. ๒๕๔๗

1. ศัพท์และวลี

ก๊วน	น.	馆，匪窟，魔窟
ลุล่วง	ก.	完成，完竣
โล่งอก	ก.	宽心，心胸宽广
สนอก	ก.	以拇指指着鼻尖，并以其余四指向对方摇以表示轻蔑（snook）
รูปการณ์	น.	事态，态势
เปราะบาง	ว.	脆弱
ปรอท	น.	温度计，寒暑表
เบ็ดเสร็จ	ว.	全部，总数，总体
เอาแน่เอานอน	ว.	肯定，确定
คลาสสิก	ว.	标准的；不朽的；经典的
สูสี	ว.	不分上下，势均力敌
เตาะแตะ	ว.	（小孩学步）踉跄，跌跌撞撞

ไม่ประสา	ว.	不谙世事
ความมีวุฒิภาวะ	น.	完善，完美
เอื้อ	ก.	关心，照顾，惠顾
ด่าทอ	ก.	相骂，对骂
ผิวเผิน	ว.	表面
หยาบ	ว.	粗陋，粗鲁，粗俗
ตื้น	ว.	粗浅，浅显
อุ่นหนาฝาคั่ง	ว.	热烈，隆重
เดือดดาล	ว.	愤怒，狂怒
เฉพาะหน้า	ว.	当前，眼前
บานปลาย	ก.	（规模）越来越大
โน โหวต	ก.	不投票，不表决（no vote）

2. ความรู้ภูมิหลัง

泰国政党政治的演进历程

泰国政党政治的演进历程可以分为3个阶段。

第一阶段（1932—1992）：政党政治与军人政治同时存在

在这一时期，泰国的国家政权很大程度上都被军队所掌控，以军人政治为主体，政党政治的发展一直处于受压制的状态。由于受到军人独裁政府的压制，得不到法律保障的泰国政党的发展一直举步维艰。20世纪70年代中后期，民众反对军人独裁统治的民主化运动达到了高潮。与此同时，泰国政党开始在较为宽松的政治环

境下逐步发展起来。1974年，新宪法颁布实施，恢复了政党制度，军人势力遭到削弱，泰国政党在此后一段时间内得到快速发展。80年代，泰国政党的发展尚处于起步阶段。这一时期的泰国政治被称为“半民主时期”，军人集团拥有掌控各派政治势力（尤其是弱小的政党）的能力。直至1992年，爆发了“五月流血事件”，军人集团的统治被彻底推翻，民主党上台执政。自此，政党开始在政治舞台上自主地发挥作用。这也标志着泰国政党体制和政治转型的完成。

第二阶段（1992—2006）：泰国政党政治稳固发展

这一阶段泰国政党政治的进步与发展较之过去60年可谓突飞猛进。此间泰国历经6次政府换届，每一届政府的平均寿命增长，再也没有发生过军事政变，政党在国家政治中真正有了发言权，不再受到军人集团的干扰。

第三阶段（2006至今）：政治主导权斗争，政坛动荡不安

2006年，泰国发生了反政府的街头运动，民主党等党派开始对他信领导的泰爱泰党施加压力，以泰爱泰党为首的一党独大的政党格局开始走向分化。2007年，泰国宪法法院宣布泰爱泰党解散，同年的泰国大选中人民力量党开始登上泰国政治舞台。2009年，泰国的政党之争再度爆发，“红衫军”反独裁联盟抗议事件的发生使得泰国政局动荡不安，及至2011年为泰党候选人英拉（他信的妹妹）成功获选，为泰党开始一党独大。2013年11月，泰国街头抗争运动卷土重来，反对派抗议总理英拉所领导的为泰党政府，英拉不得不在12月宣布解散国会下议院，并承诺尽快确定重新大选的日期。泰国的政党斗争从此未曾间断。每当新的政府选举即将开始之际，诸多政党在新的政府选举中必将展开新一轮的角逐。

3. ข้อสังเกต

① นิวสวีก：《新闻周刊》（Newsweek）与《时代周刊》《美国新闻与世界报道》并列为美国三大时事新闻周刊。

② เหตุการณ์พฤษภา：五月事件。1992年5月17日，曼谷20万群众走上街头举行示威游行，要求素金达军政府下台和修宪，导致事态发生急剧变化。18日凌晨，军队

强制驱散民众，造成流血事件。在这次流血惨案中共有50多人死亡、600多人受伤、600多人失踪、3000多人被捕。24日，素金达辞职并离开泰国，自1973年以来最严重的流血冲突暂告结束。

③ จอมพลถนอม กิตติขจร：他侬·吉滴卡宗元帅，泰国第28届政府（1958年1—10月）和第30—32届政府（1963—1973）总理，1973年“10·14”流血事件后次日秘密逃往国外。

④ กลอเรีย มาคาปากัล อาร์โรโย：格洛丽亚·马卡帕加尔·阿罗约（Gloria Macapagal Arroro），是菲律宾第14、15任总统（2001—2010），也是菲律宾历史上第二位女总统，一般被称为“阿罗约夫人”。

⑤ การเลือกตั้งที่สูสี ระหว่าง จอร์จ ดับเบิลยู บุช กับ อัล กอร์ เมื่อปี ๒๐๐๐：2000年11月8日，美国总统大选经历了也许是历史上最混乱的一天。民主党和共和党的总统候选人对决定胜负的佛罗里达州的计票结果发生激烈争执，双方由政治竞争发展到对簿公堂，大小官司打了50多场，从地方法院、州法院、巡回法院，一直打到联邦最高法院，从而使大选战火四处蔓延，美国上下沸沸扬扬。全世界都在注视佛罗里达州关于选票所引起的混乱。直到联邦最高法院2000年12月12日对佛罗里达州人工重新计票问题做出最后裁决，戈尔14日表示“退出”竞选，大选才有了最终结果。大选结果显然变成了审判的结果。因此，不少政治评论家认为，布什总统不是选出来的，而是“判”出来的。

⑥ แดนโสม：指朝鲜，因朝鲜盛产人参而得名。在泰国报刊中，โสมแดง 指朝鲜，โสมขาว 指韩国。

4. จงตอบข้อถามเกี่ยวกับบทความดังต่อไปนี้

1） ในขณะนี้ ด้านไหนบ้างของการเมืองไทยได้เป็นที่สนใจของต่างชาติอย่างต่อเนื่อง

2） วิกฤติการเมืองของไทยตามนิวสวีกสะท้อนให้เห็นถึงอะไรบ้าง

3） จากการเปิดเผยของหน่วยงานที่เกี่ยวข้อง ประชาชนเอเชียตะวันออกมีความ-

พอใจต่อระบบประชาธิปไตยของตนไหม เพราะเหตุใด

4) ปัญหาของการมีประชาธิปไตยที่ไร้ประสิทธิภาพตามนิวสวีกนั้นมาจากไหน และได้ก่อให้เกิดผลอะไรบ้าง

5) จุดเปราะบางของการเมืองประชาธิปไตยตามนิวสวีกนั้นคืออะไร

6) เพราะเหตุใดในเมืองไทยกลุ่มชนชั้นกลางมีปฏิกิริยาโกรธแค้นประท้วงการ-เลือกตั้ง

7) ตามที่คุณเข้าใจ “ล้างไพ่การเมือง” หมายความว่าอะไร

24

ชื่อและฉายานักการเมือง

政治人士的名字与绰号

ชัยชนะแบบฟ้าถล่มของพระเอกหนังบู๊*โลคโผน*① ***อาร์โนลด์ ชวาร์เซเนก-เกอร์*** ในการชิงตำแหน่งผู้ว่าการรัฐ***แคลิฟอร์เนีย*** กลายเป็นข่าวฮือฮาไปทั่วโลก โดยเฉพาะในย่านเอเชียรวมทั้งไทย เหตุผลหนึ่งอาจจะเป็นเพราะคนไทยรู้จักพระเอกหนังคนนี้ดี

อันที่จริง ไม่ได้ตื่นเต้นแต่เฉพาะคนไทย คนอเมริกันก็ตื่นเต้น เพราะตำแหน่งนี้ไม่ใช่***กระจอก***ๆ แต่หลายคนเคยใช้ตำแหน่งผู้ว่าการรัฐแคลิฟอร์เนียเป็นบันไดก้าวไปสู่ทำเนียบขาวมาแล้วในตำแหน่งประธานาธิบดีสหรัฐอเมริกา เช่น โรนัลด์ เรแกน②

แต่อาร์โนลด์เป็นประธานาธิบดีไม่ได้อยู่แล้วเพราะจะต้องเกิดในสหรัฐอเมริกาจึงจะมีสิทธิ์ชิงตำแหน่งประธานาธิบดี แต่อาร์โนลด์เป็นคนต่างชาติที่อพยพเข้าไปขุดทองใน***ฮอลลีวูด*** เป็นชาวออสเตรียโดยกำเนิดแต่มีเชื้อสายเยอรมัน นามสกุลจึงยาวและอ่านยาก

ผมเองก็ไม่แน่ใจเหมือนกันว่าอ่านออกเสียงนามสกุลของเขาถูกต้องหรือไม่ แต่ที่แน่นอนที่สุดก็คือ นามสกุลของเขามีความยาวถึง ๑๔ ตัวอักษร คือ Schwarzenegger

นามสกุลที่ยาวๆ และอ่านยากนี่เอง ได้สร้างความ***ปวดเศียรเวียนเกล้า*** ให้แก่บรรดานักหนังสือพิมพ์อเมริกันโดยเฉพาะหนังสือพิมพ์ในแคลิฟอร์เนียเพราะจะต้องออกข่าวเขาบ่อยๆ ในฐานะผู้ว่าฯ รัฐที่มีพลเมืองมากที่สุดในสหรัฐฯ คือมีถึง ๓๕ ล้านคน

ปัญหาก็คือ เนื่องจากนามสกุลเขายาว เมื่อจะต้อง***พาดหัว***ข่าวในหนังสือพิมพ์ ซึ่งมีเนื้อที่จำกัด แค่นามสกุลก็เต็มเนื้อที่แล้ว คณะ***บรรณาธิการ***จึงปรึกษากันว่าจะทำอย่างไรดี

ถ้าเป็นเมืองไทย เรื่องนี้อาจไม่มีปัญหา เพราะหนังสือพิมพ์ไทยมีความเชี่ยวชาญเป็นเลิศในการตั้งชื่อตั้งฉายาให้นักการเมือง และหนังสือพิมพ์ไทยก็ใช้ "ชื่อตัว" ของนักการเมือง ไม่ใช้นามสกุลเหมือนกับฝรั่ง ใครที่ชื่อยาวๆ ก็เอา "ชื่อเล่น" มาเป็นพาดหัวข่าวก็ได้

เช่นถ้าเนื้อที่พาดหัวข่าวมีจำกัด แทนที่จะพาดหัวด้วยชื่อเต็มว่า "ทักษิณ" ก็ใช้ชื่อเล่นคือ "แม้ว" แทนที่จะเขียนชื่อเต็ม ถ้าเป็น "พล.อ. ชวลิต" ③ก็ใช้ "จิ๋ว" เป็นหัวข่าว

แต่ฝรั่งเขาถือ ชื่อนักการเมืองในข่าวและพาดหัวข่าวเขาจะต้องใช้นามสกุล ไม่ได้ใช้ชื่อตัวเพราะถือเป็นมารยาทหรืออาจเป็นวัฒนธรรมของเขา อย่างประธานาธิบดีบิล คลินตัน④ เขาจะไม่ใช้ "บิล" หรือ จอห์น เอฟ เคนเนดี้⑤ จะไม่ใช้จอห์นหรือแจ๊ค

จะต้องใช้นามสกุลคือคลินตันหรือเคนเนดี้ ชื่อของผู้ว่าฯ แคลิฟอร์เนียคนใหม่คือ อาร์โนลด์ ชวาร์เซนเนกเกอร์ จึงมีปัญหา จะพาดหัวด้วยคำ "อาร์โนลด์" หรือ "อาร์นี่" ซึ่งเป็นชื่อเล่นของเขา ก็ไม่สมควรเพราะเป็นการเรียกชื่อที่เป็นกันเองจนเกินไป

หนังสือพิมพ์บางฉบับจึงอาจพาดหัวด้วยคำว่า "ผู้ว่าฯ" แต่ฟังดู***ทื่อ***ๆ ไม่มี***เสน่ห์***

คนไทยมีคำ***พังเพย***อยู่ว่า "ชื่อนั้นสำคัญไฉน?" สำหรับคนไทยและหนังสือพิมพ์ไทยอาจจะไม่สำคัญ เพราะหนังสือพิมพ์ไทยมีอิสระเสรี ในการตั้งชื่อตั้งฉายาให้นักการเมืองทั้งในด้านบวกด้านลบ หรือตั้งฉายาให้แบบกลางๆ เช่น "เติ้ง" เพื่อให้ง่ายในการพาดหัวข่าว

ส่วนฝรั่งอเมริกัน บางทีก็แก้ปัญหาด้วยการใช้ชื่อย่อของนักการเมืองในการพาดหัวข่าวเพื่อให้พอดีกับเนื้อที่ เช่น เรียกประธานาธิบดีเคนเนดี้เป็น "เจเอฟเค"

เป็นต้น

ส่วนหนังสือพิมพ์ไทยเรียกชื่อนักการเมืองได้สารพัด ขอเพียงแต่อย่าให้เป็นการ***หมิ่นประมาท*** เช่น เรียกอดีตนายกรัฐมนตรี พล.อ. ชาติชาย ชุณหะวัณ⑥ ว่า "น้าชาติ"

ทั้งๆ ที่ พล.อ. ชาติชาย ในขณะนั้นท่านก็อายุกว่า ๗๐ ปีแล้ว แต่หนังสือพิมพ์ก็เรียกว่า "น้าชาติ" และคนไทยทั้งประเทศไม่ว่าจะเป็นลูกเล็ก***เด็กแดง***ก็พลอยเรียกตามไปด้วย

ไม่ได้เรียกตามวัยหรือตามอายุ เช่น คนอีสานเรียกอดีตนายกรัฐมนตรี ม.ร.ว. คึกฤทธิ์ ปราโมช⑦ ว่า "พ่อใหญ่คึกฤทธิ์" เรียก พล.อ. ชวลิต "พ่อใหญ่ซะวะลิต" เป็นไปตามประเพณีอีสานที่เรียกคนผู้มีอายุมากพอที่จะเป็น "ตา" ได้ว่า "พ่อใหญ่"

แต่ทำไม่จึงไม่เรียก พล.อ. ชาติชาย ว่า "พ่อใหญ่" ทั้งๆ ที่ท่านก็เป็น ส.ส. อีสาน คือนครราชสีมา เรื่องนี้***สืบสาว***ราวเรื่องได้ความว่า เนื่องจากรองนายกรัฐมนตรี กร ทัพพะรังสี เมื่อเริ่มก้าวเข้าสู่การเมืองใหม่ๆ ชอบเรียก พล.อ. ชาติชายต่อหน้านัก-ข่าวว่า "น้าชาติ"

เป็นการเรียกที่ถูกต้อง เพราะทั้งสองท่านเป็น "น้า" และ "หลาน" กันแท้ๆ แต่นักข่าวก็พลอยเรียกตามไปด้วย แทนที่จะเรียก "ลุง" หรือ "ปู่" เหมือนกับที่เรียกนักการเมืองอาวุโสบางคน เช่น "ลุงแคล้ว" หรือ "ปู่แคล้ว" และ "ปู่มาณ" เป็นต้น

แต่คนไทยทั้งประเทศเรียก "น้าชาติ" ตามนักข่าวโดยอาจจะไม่รู้ที่มาที่ไป

การเรียกชื่อนักการเมืองเป็นลุง เป็นปู่หรือเป็นพ่อใหญ่ไม่ได้ทำให้นักการเมืองเสียหาย ตรงกันข้ามกลับเป็นการแสดงความเคารพนับถือ เช่น "พ่อใหญ่คึกฤทธิ์" เป็นต้น

แต่หนังสือพิมพ์ไทยมีอิสระเสรียิ่งไปกว่านั้น เพราะสามารถตั้งฉายาให้พรรคการเมืองและนักการเมืองได้สารพัด เช่น "พรรคปลาไหล" "จอมเสียบ" "จอมสร้างภาพ" "มือปราบสายเดี่ยว" "พันธุ์ปากพล่อย" "ใบมีดโกนอาบน้ำผึ้ง" และ

อีกสารพัดฉายา

คนไทยอาจจะมีอิสรเสรีในการเรียกชื่อนักการเมืองมากกว่าหนังสือพิมพ์อเมริกัน แต่เสียอย่างเดียว เมืองไทยยังไม่มีกฎหมายให้ลงมติถอดถอนผู้ว่าฯ ผู้ไม่ยอมฟังเสียงประชาชน ส่วนคนอเมริกันออกเสียงถอดถอนผู้ว่าฯ จึงได้พระเอกหนังบู๊ขึ้นมาแทน

จาก **สยามรัฐ สัปดาห์วิจารณ์** ฉบับ วันที่ ๑๗ –๒๓ ต.ค. พ.ศ. ๒๕๔๖

1. ศัพท์และวลี

บู๊	ก.	武
โลดโผน	ว.	惊险
อาร์โนลด์ ชวาร์เซเนกเกอร์	น.	阿诺·施瓦辛格
แคลิฟอร์เนีย	น.	加利福尼亚
กระจอก	ว.	差，劣，下等，蹩脚
ฮอลลีวูด	น.	好莱坞（Hollywood）
ปวดเศียรเวียนเกล้า	ก.	头昏脑涨，伤脑筋
บรรณาธิการ	น.	编辑，编者
พาดหัว	น.	大字标题
ทื่อ	ว.	呆，笨，迟钝
เสน่ห์	น.	魅力，吸引力

พังเพย	น.	俗语，格言
หมิ่นประมาท	ก.	蔑视，藐视，亵渎，侮辱
เด็กแดง	น.	婴儿，初生儿
สืบสาว	ก.	探寻，探究，追究

2. ความรู้ภูมิหลัง

泰国媒体给政要起绰号

按照泰国新闻界的传统，每逢年底，常驻泰国国会、总理府的记者都要根据一年来政要的工作表现和个人风格给各位政要起绰号。

2004年，他信曾被泰国媒体冠以“天仙”的绰号。当时媒体用“胆识过人”“商政两佳”“威严显赫”等词语来赞美他信。但在2005年最后几天，记者们送给他信一个新的绰号——“失灵巫师”。时隔仅一年，他信的绰号就降格为“巫师”，还被加上了“失灵”的定语。他信被冠以这个绰号是因为他在2005年屡被政治、经济、党内不和、南部暴乱和疫病（禽流感）等问题困扰，在11月以“星运不佳”为由拒绝接受记者采访。这说明他已经疲于应付各种难题，不再像以往那样得心应手。

与此同时，记者们也送给他信政府一个“悲惨政府”的绰号。这主要是指他信政府在大选中曾提出“人民至上”的竞选口号以吸引选民投票，但上台后没能给人民多少实惠。

政府的每位副总理和部长均未能“逃过”媒体的伶牙俐齿。副总理兼事业部部长素利亚的绰号是“CTX亡魂不灭”，指他在任交通部部长时为新机场采购“CTX安检系统”时陷入反对派的弹劾，结果被调任事业部部长以避风头；副总理素瓦的绰号是“25小时先生”，指他太擅长表现自己，总在镜头前晃来晃去，争取出镜机会；副总理兼司法部部长奇猜的绰号是“宽松的插座”，指他虽有博士学位，但治

理南部三府暴乱没能奏效，如同插座松动，时常出点故障。最传神的绰号“蹩脚一休”送给了社会发展部部长瓦他纳，因为他经常像动画片中的一休大师那样“灵机一动”。瓦他纳的主意时常引起社会不满。他曾提出“妻子睡觉前应该向丈夫下跪以增进夫妻感情”，就引起舆论一片哗然。

政要们无论得到什么绰号，都会坦然处之，以充分体现民主风格。

3. ข้อสังเกต

① หนังบู๊โลคโผน：惊险动作片。

② โรนัลด์ เรแกน：罗纳德·威尔逊·里根（Ronald Wilson Reagan）（1911—2004）。美国政治家，第33任加利福尼亚州州长（1967—1975），第40任总统（1981—1989）。在踏入政坛前，里根曾担任运动广播员、救生员、报社专栏作家、电影演员、电视节目演员、励志讲师，还是美国影视演员协会（screen actors guild）的领导人。他的演说风格高明而极具说服力，被媒体誉为“伟大的沟通者”（The great communicator）。

③ พล.อ. ชวลิต：差瓦利·永猜裕（Gen. Chavalit Yongchaiyudh）上将。泰国第52届政府总理（1996—1997），此前和之后历任泰国陆军司令、泰国武装部队最高司令、副总理和国防部部长。

④ บิล คลินตัน：比尔·克林顿（Bill Clinton）（1946—　）。美国第42任总统，是第一位出生于第二次世界大战之后的总统、第二位遭受国会弹劾动议的总统，是仅次于西奥多·罗斯福和约翰·菲茨杰拉德·肯尼迪的最年轻的美国总统，也是富兰克林·罗斯福之后第一位成功连任的民主党总统。

⑤ จอห์น เอฟ เคนเนดี้：约翰·菲茨杰拉德·肯尼迪（John Fitzgerald Kennedy）（1917—1963）。通常被称作“约翰·F·肯尼迪”（John F. Kennedy）、JFK或“杰克·肯尼迪”（Jack Kennedy），美国第35任总统，任期从1961年1月20日开始到1963年11月22日在达拉斯遇刺身亡为止。他是在美国颇具影响力的肯尼

迪政治家族的一员，被视为美国自由主义的代表。

⑥ ชาติชาย ชุณหะวัณ：差猜·春哈旺（Chatichai Choonhavan）（1922—1998）。泰国第25届政府总理（1988—1991），1922年4月5日生于曼谷；1940年毕业于泰国皇家军事学院；1940年开始在军队服役；1946—1947年就读于泰国骑兵学校；1947—1948年在美国坦克学校学习；1949年后，历任泰国驻美国副武官、驻阿根廷大使、驻奥地利大使兼土耳其大使、驻瑞士大使兼驻南斯拉夫和梵蒂冈大使、联合国日内瓦办事处常任代表、外交部部长、工业部部长、副总理等职。1974年参与创建泰国民族党，后任该党领袖；1976年3月参与创立泰中友好协会，并任主席；1988年8月，任总理兼国防部部长；1990年3月辞去国防部部长一职；在1991年的军事政变中下台。

⑦ คึกฤทธิ์ ปราโมช：克立·巴莫（Khukrit Pramote）（1911—1995）。泰国总理、作家、亲王、政治家。1911年4月20日生于信武里府贵族家庭，祖父是曼谷王朝拉玛二世的儿子。克立·巴莫15岁在曼谷玫瑰园学校毕业后留学英国，22岁获牛津大学哲学、政治经济学学士学位；回国后在法政大学和朱拉隆功大学任教；1946年当选议员，后当过内政部部长、总理。1950年创办《沙炎叻日报》和《沙炎叻周刊》，并开始文学创作，主要作品有长篇小说《四朝代》、《殊途同归》（又译《芸芸众生》）、《封建洋人》、《红竹》等，短篇小说多篇，还编著中国历史小说《终身丞相曹操》《慈禧太后》等。

4. จงตอบข้อถามเกี่ยวกับบทความดังต่อไปนี้

1） ทำไมอาร์โนลด์จะเป็นประธานาธิบดีของอเมริกาไม่ได้

2） ทำไมนามสกุลยาวที่เป็นปัญหาในหน้าหนังสือพิมพ์ของอเมริกากลับไม่มีปัญหาในเมืองไทย

3） ทำไมนักการเมืองในข่าวและพาดหัวข่าวของฝรั่งเขาจะต้องใช้นามสกุลแทนที่จะใช้ชื่อตัว

4） การเรียกชื่อนักการเมืองเป็นลุง เป็นปู่หรือเป็นพ่อใหญ่ในไทยนั้น คุณเห็นว่านักการเมืองทั้งหลายเขาจะโกรธไหม เพราะเหตุไร

5） ตอนสุดท้ายของบทความตามที่คุณเข้าใจ หมายความว่าอะไร

25

*โซ่ตรวน*หญิงไทยคืออะไร

泰国妇女的桎梏是什么

สยามรัฐสัปดาวิจารณ์สองฉบับที่แล้ว ลงทุนขึ้นปกด้วยข้อความว่า “โซ่ตรวนหญิงไทยหาใช่สกุลเมียสกุลผัว” ดูผิวเผินคล้ายกับจะ***สวนกระแส***ที่***ศาลรัฐธรรมนูญ***ตีความว่า การที่กฎหมายกำหนดให้หญิงต้องใช้***นามสกุล***ชายเมื่อสมรส ขัดกับ**รัฐธรรมนูญ** **ต่อแต่นี้ไปให้ผู้หญิงมีสิทธิใช้นามสกุลตนเองต่อไปได้ถ้าต้องการ** อย่างไรก็ตาม เมื่ออ่านข้อความทั้งหมดแล้ว บทความของ ลักขณา ปันวิชัย สนับสนุนการตีความดังกล่าว แต่ในขณะเดียวกันก็***ตั้งโจทย์***ให้ซับซ้อนต่อไปว่า ปัญหาที่เปรียบ-เสมือนโซ่ตรวนที่***พันธนาการ***หญิงไทย ไม่ใช่เรื่องการ-ใช้สกุลของเมียหรือผัว ถ้าเป็นอย่างที่บทความนี้เสนอจริงแล้ว ปัญหาที่เผชิญหน้าหญิงไทยคืออะไรกันแน่

ภายใต้เงื่อนไขหรือ***บริบท***แวดล้อมของสังคมไทยยุคทันสมัยอย่างในปัจจุบัน การจะหาคำตอบสำเร็จรูปและมีลักษณะกว้างๆ***ครอบจักรวาล***เป็นคำตอบเดียวแถมอ้างว่าถูกต้องสมบูรณ์นั้น เป็นเรื่องที่ไม่มีใครเชื่อว่าสามารถทำได้ เพราะฉะนั้น คำตอบต่อปัญหาว่าโซ่ตรวนที่พันธนาการหญิงไทยคืออะไรจึงไม่ใช่มีคำตอบเดียว

อนึ่ง หากยืนยันที่จะใช้***อุปมาอุปไมย*** “โซ่ตรวน” ในความหมายว่า คือปัญหาที่เผชิญหน้าผู้หญิงไทยอยู่ คำตอบที่ออกมาก็หนีไม่พ้นที่จะต้องบอกว่า“โซ่ตรวน”ที่ว่า**นั้นมีหลายเส้น เรื่องการใช้นามสกุลจึงเป็นเส้นหนึ่งในหลายเส้น** หากปลดเส้นนี้แล้วก็**ใช่ว่าหญิงไทยจะหลุดพ้นจากปัญหาทั้งมวล ไม่ใช่อย่างนั้นแน่นอน** แต่ก็อีกนั่นแหละ ถ้าไม่ปลดโซ่ตรวนเส้นนี้ก็ไม่ได้อีก หากไม่ปลดเมื่อมีโอกาสก็จะทำให้การปลดเส้น

อื่นๆทำได้ยากในตอนหลัง

จริงอยู่ เรื่องนามสกุลในขณะนี้อาจดูว่าเป็นเรื่องของชนชั้นกลาง-ชั้นสูง ซึ่งก็อาจจะจริงแต่ก็ไม่แน่เสมอไป ทั้งนี้ เพราะสิ่งที่เรียกกันโดยใช้ภาษาที่เพราะๆว่า "ศักดิ์ศรี" "*สกุลรุนชาติ*" "เกียรติยศชื่อเสียงของวงศ์ตระกูล"และคำอื่นๆทำนองเดียวกันนี้นั้น เป็นเพียงนามธรรมและเปลือกนอก ด้านที่เป็นรูปธรรมและแอบแฝงอยู่ในเนื้อในของความสำคัญของนามสกุลคือ"ผลประโยชน์"ทางเศรษฐกิจ กลุ่มตระกูล **สายสกุล แซ่ นามสกุล กลุ่มเครือญาติทั้งหลายเหล่านี้จึงเป็น"กลุ่มของความร่วมมือ"**ไม่ต่างอะไรกับสมาคมพ่อค้า หอการค้า อาเซียน① ยูโร② เอเปก③ โอเปก④ ฯลฯ เพียงแต่ว่ากลุ่มความร่วมมือแบบนี้ ส่วนใหญ่ทำงานในระดับครอบครัวและเครือ-ญาติ **ดังนั้น ชนชั้นสูงชนชั้นกลางก็สามารถรวมตัวกันบนความเป็นเครือญาติ และ**ใช้ความสัมพันธ์เช่นนี้ เป็นกลไกในการสร้างอิทธิพลความ***มั่งคั่งร่ำรวย***ได้อย่างที่เห็นๆกัน **ในขณะเดียวกัน ชนชั้นล่างอันเป็นคนส่วนใหญ่ของประเทศก็มีธรรมเนียมแบบนี้เช่นกัน ก่อนที่สังคมไทยจะมีนามสกุลใช้ ผู้คนก็นับญาติและร่วมมือกับญาติของทั้งสองฝ่าย การบังคับให้ใช้นามสกุลฝ่ายชายแต่ฝ่ายเดียว จึงค้านกับวิถีปฏิบัติที่**เคยเป็นมาและเป็นอยู่

การนับญาตินับสกุล ก็ใช่สักแต่ว่ามีนามสกุลเดียวกัน แล้วจะต้องรักใคร่***ปรองดอง***ช่วยเหลือเกื้อกูลกันโดยอัตโนมัติ ***สุภาษิต***คำพังเพยไทยๆ โดยเฉพาะภาคกลางก็บอกว่า "มีเงินนับว่าน้อง มีทองนับว่าพี่" พี่ฆ่าน้อง น้องฆ่าพี่ ญาติโกงญาติ มี**ปรากฏให้เห็นทั่วไป ดังนั้น ความสัมพันธ์ทางเครือญาติสืบสายสกุล จึงมีมิติทางด้าน**ผลประโยชน์ทางเศรษฐกิจอย่างไม่อาจปฏิเสธได้

สังคมไทยปัจจุบัน หญิงไทยไม่เฉพาะในหมู่ชนชั้นสูงและกลางเท่านั้นที่มี**บทบาทในทางเศรษฐกิจของครอบครัว และ สายตระกูล ผู้หญิงไทยในชนชั้นล่างๆ**จำนวนมากมายที่เป็นผู้***อุ้มชู***เลี้ยงดูครอบครัวอยู่ ในภาวะวิกฤตเศรษฐกิจที่ผู้ชายตกงานกันเยอะแยะเช่นนี้ การประกอบธุรกิจทำธุรกรรมของผู้หญิง เช่นการกู้ยืมเงินจาก

สถาบันการเงินต่างๆ โดยเฉพาะ*ธ.ก.ส.*ยังมีปัญหา เพราะค่านิยมที่ยึดถือกันอยู่ว่า จะให้กู้ได้ก็ต่อเมื่อสามียินยอมยังมีอยู่

ยิ่งไปกว่านั้น ปรากฏการณ์ที่เรียกว่า Single parent คือครอบครัวที่หญิงหย่าหรือแยกกับสามีหรือผัวตาย ต้องเลี้ยงดูลูกด้วยตนเองมีเพิ่มขึ้นมาก ถ้าพวกเธอจะกลับไปใช้นามสกุลเดิมและให้ลูกๆ ใช้ตามด้วย ก็ไม่น่าจะมีปัญหาหรือข้อโต้แย้งใดๆในทางประเพณีมิใช่หรือ? ก็ในเมื่อผัวหรือพ่อก็ไม่ได้มีส่วนรับผิดชอบเลี้ยงดูใดๆอยู่แล้วในทางปฏิบัติ

ดังนั้น การปลดโซ่ตรวนเส้นนามสกุลชาย จึงน่าจะมีประโยชน์ต่อผู้หญิงทั้งผู้หญิงชั้นสูง ชั้นกลาง และชั้นล่างที่พวกเธอต้องการหลุดพ้นจากโซ่ตรวนนี้ แต่ถ้าเธอคนไหนไม่เห็นว่าเป็นโซ่ตรวนก็เป็นเรื่องของเธอ

แต่ถ้าหญิงชายคู่ไหน สายสกุลไหนเห็นว่าศักดิ์ศรีของวงศ์สกุลไม่ได้อยู่ที่ฐานะทางเศรษฐกิจหรือเงิน หากอยู่ที่ปัจจัยอื่นๆ เช่น เชื้อสาย ชาติตระกูล เชื้อเจ้า เชื้อขุนนางของฝ่ายใดฝ่ายหนึ่ง การให้ผู้หญิงเลือกใช้นามสกุลเดิมของเธอได้ก็จะถูกใจคนกลุ่มนี้

เอาเพียงแค่นามสกุลของใครเพราะไม่เพราะ ***เชย***ไม่เชย ในชีวิตจริงของผู้คนก็เป็นเรื่องใหญ่ ดังนั้นการเปลี่ยนแปลงกฎหมายการใช้นามสกุลครั้งนี้ ก็เป็นการเปิดกว้างและ***ยืดหยุ่น***ให้กับทั้งผู้หญิงและผู้ชายในสังคมไทยสมัยใหม่ที่เปลี่ยนไปอย่างมากมาย อย่าลืมว่าสังคมไทยปัจจุบันไม่เหมือนสังคมไทยสมัยร.๕-ร.๖⑤อีกต่อไปแล้ว

อนึ่ง ไม่ว่าจะมองสายสกุลและนามสกุลกันในมิติใด ก็คงปฏิเสธไม่ได้ว่า เรื่องนี้เป็นเรื่องของความสัมพันธ์เชิงอำนาจ ไม่ใช่เฉพาะความสัมพันธ์เชิงอำนาจระหว่างหญิงชายเท่านั้น แต่เป็นความสัมพันธ์เชิงอำนาจในทุกมิติ ทุกระดับชั้นของผู้คน

นามสกุลจึงเป็นต้นทุนได้ทั้งในแง่ต้นทุนทางเศรษฐกิจ การเมือง สังคมและวัฒนธรรม ทั้งนี้อย่างที่ได้พูดไปแล้วว่า เบื้องหลังสายสกุล นามสกุล แซ่ คือกลุ่มของ

ความร่วมมือ และเมื่อสังคมไทยก้าวมาสู่สังคมที่หญิงกับชายมีบทบาทด้วยกันทั้งคู่ต่อครอบครัวชุมชน และสังคมโดยรวมไม่ว่าจะบนเวทีทางการค้า การทำมาหากิน การเมือง และการรับใช้ชุมชน-สังคม ดังนั้น ทั้งผู้หญิงและผู้ชายจึงสมควรมีโอกาสเลือกได้ว่าจะใช้ต้นทุนใดของใคร

การจะมองหาว่าโซ่ตรวนต่างๆที่ผูกมัดหญิงไทยอยู่ตรงไหนบ้าง คงต้องมองหลายๆระดับ ระดับหนึ่งคือ มองหาว่าโซ่ตรวนที่พันธนาการผู้คนส่วนใหญ่ในสังคมไทยคืออะไร อยู่ที่ไหน อีกระดับหนึ่งคือ ต้องมองว่าหญิงกับชายนั้นต่างกัน ปัญหาของผู้ชายกับปัญหาของผู้หญิงก็ต่างกัน การแก้ปัญหาของสังคมใหญ่รวมๆอาจไม่ใช่การแก้ปัญหาของผู้หญิงก็ได้

แต่เท่านั้นก็ยังไม่พอ เพราะมันยังมีปัจจัยทางด้านชนชั้น ศาสนา ความเชื่อ ภูมิหลังทางชาติพันธ์ อายุ และอื่นๆเข้ามาเกี่ยวข้องด้วย ซึ่งล้วนแต่มีความสำคัญด้วยกันทั้งสิ้น

ปัญหาความยากจน เป็นโซ่ตรวนใหญ่ที่ผูกมัดคนไทยส่วนใหญ่อยู่ในขณะนี้ แต่ความยากจนมีผลกระทบต่อผู้หญิง-ผู้ชายไม่เหมือนกัน ตัวอย่างเช่น เมื่อตกงานหาเงินไม่ได้ ผู้หญิงอาจต้องตัดสินใจขายตัวในขณะที่ผู้ชายอาจขายแรงงานได้อยู่ การไม่สามารถเข้าถึงทรัพยากรเป็นอีกปัญหาหนึ่งของคนจน แต่เมื่อเทียบในหมู่คนจนหญิง คนจนชายแล้ว ผู้ชายอาจเข้าถึงทรัพยากรต่างๆได้มากกว่าผู้หญิงไม่ว่าจะเป็นที่ดิน น้ำ ป่า ***สินแร่*** ทุน เทคโนโลยี ข้อมูลข่าวสาร เป็นต้น การไม่สามารถเข้าถึงโอกาส เช่น โอกาสทางการศึกษา โอกาสทางการยกระดับทางด้านจิตวิญญาณ เช่น การศึกษาค้นคว้าพระธรรมคำสั่งสอนของพระพุทธเจ้าผ่านการบวชเรียน ผู้หญิงก็ยังถูกกีดกัน โอกาสทางการเมือง ทางการบริหารทุกระดับที่ต่างกันในระหว่างหญิงชายก็ยังดำรงอยู่ การขาดความมั่นคงปลอดภัยในเนื้อตัวร่างกาย ชีวิตและทรัพย์สิน เมื่อเทียบระหว่างผู้หญิงกับผู้ชายแล้ว ผู้หญิงต้องตกอยู่ในภาวะเสี่ยงมากกว่าผู้ชาย การกระทำความรุนแรงต่อมนุษย์เกิดขึ้น***ชุกชุมทุกวี่ทุกวัน*** แต่ภายใต้สิ่งที่เรียกว่าความรุนแรงนี้ มี

ความรุนแรงต่อผู้หญิง ความรุนแรงในครอบครัวและความรุนแรงทางเพศที่เฉพาะผู้หญิงเท่านั้นที่ตกเป็นเหยื่อ เราจะวิเคราะห์ทำความเข้าใจมันได้อย่างไรว่า เพราะอะไรจึงเป็นเช่นนี้ และจะหาทางแก้ไขอย่างไร ฯลฯ

เหล่านี้ เป็นประเด็นคำถามที่ตอกย้ำว่า โซ่ตรวนที่พันธนาการหญิงไทยอยู่ในปัจจุบันนี้มีมากมายหลายเส้น จึงจำเป็นจะต้องช่วยกันปลดไปทีละเส้นสองเส้นบางเส้น บางคน บางกลุ่มก็อาจว่าเป็นเส้นเล็กๆไม่ใช่เส้นใหญ่ แต่บางกลุ่มก็บอกว่า นี่แหละคือโซ่ตรวนเส้นสำคัญ

เรื่องนามสกุลก็ดี คำนำหน้าชื่อก็เช่นกัน ฝ่ายที่ร่วมผลักดันเรื่องนี้บอกว่าสำคัญเพราะมัน*บ่ง*บอกว่า ความเท่าเทียมกันระหว่างหญิงชายยังไม่เกิดและถ้าไม่มีความเท่าเทียมกัน จะไปแก้ไขปัญหาอื่นๆ ได้ยังไง...ซึ่งก็ฟังขึ้นอยู่เหมือนกัน

จาก**สยามรัฐ สัปดาห์วิจารณ์** ฉบับ วันที่ ๓ กรกฎาคม พ.ศ.๒๕๔๙

1. ศัพท์และวลี

โซ่ตรวน	น.	锁链，镣铐，桎梏
สวนกระแส	ก.	逆流而上
ศาลรัฐธรรมนูญ	น.	宪法法院
นามสกุล	น.	姓，姓氏
ตั้งโจทย์	ก.	提问，出难题
พันธนาการ	น.	枷锁，束缚，桎梏
บริบท	น.	上下文，前后关系

ครอบจักรวาล	ว.	包罗万象
อุปมาอุปไมย	ก.	比喻，打比方
สกุลรุนชาติ	น.	家族，宗族
มั่งคั่งร่ำรวย	ว.	富裕，富有
ปรองดอง	ก.	调和，和解，和谐，和好
สุภาษิต	น.	格言，谚语，箴言
อุ้มชู	ก.	扶植，扶持，提拔
ธ.ก.ส.（ธนาคารสินเชื่อเพื่อการเกษตร และสหกรณ์）	น.	农业及合作社信贷银行
เชย	ว.	土气，陈旧，过时
ยืดหยุ่น	ว.	灵活，机动，有弹性的
สินแร่	น.	矿产
ชุกชุม	ว.	大批，繁多，频繁
ทุกวี่ทุกวัน	ว.	天天，每天
บ่ง	ก.	指明，看出

2. ความรู้ภูมิหลัง

泰国人的姓名

泰国人的姓名与西方人的姓名相似，都是名字在前，姓氏在后。泰国人彼此称呼时通常只称呼其名或小名 (ชื่อเล่น)，在正式场合或填写文件时要在其名前加身份名称，如泰国前总理、政治家兼作家蒙拉查翁克立·巴莫 (ม.ร.ว. คึกฤทธิ์ ปราโมช)，蒙拉查翁（亲王）即身份名称，克立是其名，巴莫是其姓；又如，泰国现任总理巴育·詹奥查，其名字“巴育”前必冠以“上将”，即巴育的军衔，正式全称为“泰国总理巴育·詹奥查上将 (พล.อ.ประยุทธ์ จันทร์โอชา นายกรัฐมนตรีแห่งประเทศไทย)”。通常情况下，成年男子称“乃”，有“先生”的意思；妇女称“娘”，有“女士”的意思；未婚女士称“娘韶”，类似于“小姐”的称呼。男孩子称“迪猜”；女孩子称“迪莹”。在日常生活中，人们不分男女在名字前面均加“昆”，即“您”，以表示礼貌。

其实，泰国人原本有名无姓，直到1913年曼谷王朝拉玛六世时期颁布了第一部姓氏法后，泰国人才开始有了自己的姓。该法令规定泰国妇女结婚时有权保留自己原来的姓氏或选择使用夫婿的姓氏。但是，1972年修改后的姓氏法则明确规定泰国妇女结婚后必须用夫婿姓氏，否则法律不能保证已婚妇女的婚姻权益。根据修改后的姓氏法，任何一对情侣登记结婚时，注册官都会要求女方以男方的姓氏填表，否则不予注册。此举被视为泰国妇女社会地位低下的明显例证。泰国妇女团体多年来一直呼吁废除这一歧视性法律条款。2003年，泰国宪法法院裁决“1972年姓名条例”违宪，废除了“泰国妇女婚后必须改随夫姓”的法律规定，法定已婚妇女可以自由选择姓氏，子女也可以选择随父母任何一方的姓氏，从而打破了31年来的社会禁忌，从法律上提高了泰国妇女的社会地位。

3. ข้อสังเกต

① อาเซียน：ASEAN（association of Southeast Asian nations），东南亚国家联盟（简称“东盟”），又称“东南亚国家协会”，前身是东南亚条约组织。是一个集合了东南亚区域国家的国际组织，目前共有10个正式的成员国，包括文莱、柬埔寨、印度尼西亚、老挝、马来西亚、缅甸、菲律宾、新加坡、泰国、越南；另外还有一个候选国和一个观察国，分别是东帝汶和巴布亚新几内亚。

② ยูโร：EURO欧元（€；代码EUR），是欧洲货币联盟（EMU）国家的统一法定货

币，1999年1月1日起开始正式使用。目前，欧元是欧盟中16个国家的货币。这16个国家是奥地利、比利时、芬兰、法国、德国、希腊、爱尔兰、意大利、卢森堡、荷兰、葡萄牙、斯洛文尼亚、西班牙、马耳他、塞浦路斯和斯洛伐克。这16个国家合称为“欧元区”（Eurozone）。欧元在中国香港一般称为“欧罗”。

③ เอเปก：APEC（Asia-Pacific economic cooperation），即亚太经济合作组织，是亚太地区最具影响的经济合作官方论坛，成立于1989年，原名为“亚太经济合作会议”。1993年6月改名为“亚太经济合作组织”，简称“亚太经合组织”或APEC。其宗旨：保持经济的增长和发展；促进成员间经济的相互依存；加强开放的多边贸易体制；减少区域贸易和投资壁垒，维护本地区人民的共同利益。APEC现有21个成员，分别是中国、澳大利亚、文莱、加拿大、智利、中国香港、印度尼西亚、日本、韩国、墨西哥、马来西亚、新西兰、巴布亚新几内亚、秘鲁、菲律宾、俄罗斯、新加坡、中国台湾、泰国、美国和越南。此外，APEC还有3个观察员，分别是东盟秘书处、太平洋经济合作理事会和太平洋岛国论坛。

④ โอเปก：OPEC（organization of petroleum exporting countries），即石油输出国组织。1960年9月14日成立，简称“欧佩克”，总部设在维也纳。随着成员的增加，欧佩克已发展成为亚洲、非洲和拉丁美洲一些主要石油生产国的国际性石油组织。其宗旨：协调和统一各成员国的石油政策，并确定以最适宜的手段来维护各自和共同的利益。

⑤ ร.๕-ร.๖：曼谷王朝拉玛五世至拉玛六世期间（1868—1925）。

4. จงตอบข้อถามเกี่ยวกับบทความดังต่อไปนี้

1） การที่กฎหมายกำหนดให้หญิงต้องใช้นามสกุลชายเมื่อสมรสนั้น รัฐธรรมนูญตีความว่าอะไร

2） ขณะนี้ปัญหาอะไรเป็นโซ่ตรวนใหญ่ที่ผูกมัดคนไทยส่วนใหญ่

3） ทำไมเรื่องนามสกุลถูกมองว่าเป็นเรื่องของชนชั้นกลาง-ชั้นสูง

4) ด้านที่เป็นรูปธรรมและแอบแฝงอยู่ในเนื้อในของความสำคัญของนามสกุลคืออะไร

5) เพราะเหตุใดผู้เขียนบทความจึงเห็นว่า การบังคับให้ใช้นามสกุลฝ่ายชายแต่ฝ่ายเดียวค้านกับวิถีปฏิบัติที่เคยเป็นมาและเป็นอยู่

6) สังคมปัจจุบัน หญิงไทยมีบทบาทอย่างไรในครอบครัว

7) ตามความเห็นของผู้เขียนบทความ เบื้องหลังสายสกุล นามสกุล แซ่ คืออะไร

8) ตามความเห็นของผู้เขียนบทความ การจะมองหาว่าโซ่ตรวนต่างๆที่ผูกมัดหญิงไทยต้องมองอย่างไร

9) ความยากจนมีผลกระทบต่อผู้หญิงกับผู้ชายเหมือนกันไหม เพราะเหตุใด

10) ตามความเห็นของฝ่ายที่ร่วมผลักดันเรื่องนามสกุล ที่สำคัญที่สุด ในการแก้ไขปัญหาโซ่ตรวนที่พันธนาการหญิงไทยคืออะไร

26

สงครามสุขภาพใจ

心理健康之战

สถานการณ์การแพร่ระบาดของเชื้อไวรัสโควิด-19 ที่ส่งผลกระทบต่อภาวะเศรษฐกิจและสังคมไทย โดยเฉพาะปัญหาการว่างงาน ภาระหนี้สินก่อให้เกิดปัญหาความเครียดในครอบครัว โดยเฉพาะในกลุ่มของผู้ที่มีอาการป่วยทางจิต เป็นโรค***ซึมเศร้า***อยู่แล้ว หากมี***ความเครียด***ที่เข้ามากระทบกับจิตใจในช่วงนี้ แม้เพียงน้อยนิดก็อาจทำให้ตัดสินใจแก้ไขปัญหาด้วยความรุนแรง ทั้งต่อตนเอง คนในครอบครัวและผู้อื่นได้

ข้อมูลจากกรมสุขภาพจิต ที่ได้ทำการสำรวจความสุขของครอบครัวไทยผ่านทางออนไลน์ จากการสำรวจความสุขของครอบครัวไทยผ่านทางระบบออนไลน์และการลงพื้นที่สำรวจครอบครัวเปราะบาง① ที่น่าจะมีปัญหาได้รับผลกระทบทางด้านเศรษฐกิจเดือนเมษายน-พฤษภาคมที่ผ่านมาจากผลสำรวจออนไลน์พบว่า ความเครียดของครอบครัวไทยส่วนใหญ่ อยู่ในระดับปานกลาง มีสัดส่วนความเครียดของครอบครัวระดับปานกลาง 54.13% และมีความเครียดของครอบครัวระดับสูงถึงสูงมาก 17.53% ส่วนผลสำรวจครอบครัวกลุ่มเปราะบางพบสัดส่วนครอบครัวที่มีความสุขน้อยหรือน้อยมาก 17.2%

ดังนั้น ในภาพรวมครอบครัวคนไทย ยังมีความสุขในระดับมาก แต่เมื่อเปรียบเทียบระหว่างครอบครัวทั่วไปกับครอบครัวเปราะบาง พบว่าครอบครัวเปราะบางจะมีความสุขน้อยกว่า ส่วนความอบอุ่นในครอบครัวทั่วไปบางส่วนบอกว่าเท่า

เดิม บางส่วนบอกว่ามากขึ้น แต่เปราะบางมีน้อยลง ห่างเหินกันมากขึ้นประมาณ7%เมื่อเทียบกับครอบครัวทั่วไป เป็นเพราะคนในครอบครัวมีภาระหน้าที่เพิ่มขึ้น

นพ.จุมภฏ พรมสีดา รองอธิบดีกรมสุขภาพจิต กล่าวว่า เรื่องความเครียดทั้ง 2 กลุ่มมีความเครียดระดับปานกลาง อย่างไรก็ตาม ครอบครัวไทยยังมองบวก และ**มีความเชื่อมั่นว่าจะก้าวผ่านวิกฤตครั้งนี้ไปได้** ซึ่งความเชื่อมั่นอาจจะเกิดจากความ-ช่วยเหลือของรัฐและการช่วยเหลือเกื้อกูลกันของคนไทย สังคมไทย

ขณะที่ก่อนหน้านี้ ***พญ.***มธุรดา สุวรรณโพธิ์ ผู้อำนวยการ***สถาบันราชานุกูล*** กรมสุขภาพจิต② กล่าวถึงผลกระทบของสถานการณ์การแพร่ระบาดของโรคโค-วิด-19ที่มีต่อเด็กและเยาวชน ว่า ผลการสำรวจของ***องค์การยูนิเซฟ***และสภาเด็กและเยาวชนแห่งประเทศไทยพบเด็กมีความกังวล และรับรู้ถึง***สถานะทางการเงิน***ของพ่อแม่ในช่วงการระบาดของโควิด19 โดยเด็กและเยาวชนส่วนใหญ่รับรู้ถึงความเครียด และ ความกังวลของพ่อแม่ในเรื่องการหารายได้ช่วงโควิด19 ระบาด

โดยช่วงอายุ 20-24 ปี จะกังวลมากที่สุดถึงร้อยละ 87 รองลงมาช่วงอายุ 15-19 ปี ร้อยละ82 ช่วงอายุ 11-14 ปีพบร้อยละ 69 และที่น่าสนใจคือเด็กอายุต่ำกว่าอายุ 10 ปี ยังพบว่ามีความกังวลถึงร้อยละ 76

นอกจากนี้ ยังสำรวจพบปัญหาเรื่องคนใกล้ชิดหรือคนในครอบครัวทำร้ายเด็กมากขึ้น สาเหตุสำคัญมาจากความเครียด ดังนั้นพ่อแม่ที่เกิดความเครียดควรจะต้องหาทางระบายและจัดการความเครียดให้ได้ อย่าส่งผ่านความเครียดด้วยการ-***ลงไม้ลงมือ***กับเด็กเพราะยิ่งสร้างผลกระทบต่อเด็กเพิ่มมากขึ้น

อย่างไรก็ตาม เราเห็นว่า สถานการณ์การแพร่ระบาดของเชื้อไวรัสโควิด-19 จะยังอยู่ไปอีกนาน อย่างน้อยจนกว่าจะมีวัคซีนที่มีประสิทธิภาพและ***ภูมิต้านทาน*** **ธรรมชาติเกิดขึ้น** ในขณะที่มาตรการช่วยเหลือต่างๆของรัฐบาล เช่น เงินเยียวยา 5,000 บาทนั้น จะสิ้นสุดลงในเดือนมิถุนายนนี้ อาจเป็นปัจจัยที่กระทบกับ

ความเครียด และปัญหาสุขภาพจิตต่อของครอบครัวไทย การเฝ้าระวังสุขภาพใจหลังจากนี้จึงเป็น***บททดสอบ***ที่ยากอย่างยิ่ง

การช่วยเหลือแบ่งปันจากกันและชุมชนที่เข้มแข็ง จะเป็นนักรบคนสำคัญในการต่อสู้กับสงความสุขภาพใจ

จาก**สยามรัฐออนไลน์** 09/06/2020 บทบรรณาธิการ

1. ศัพท์และวลี

สุขภาพใจ	น.	心理健康
ซึมเศร้า	ก.	悲伤，忧伤，伤心
ความเครียด	น.	（生活）压力
นพ.	น.	医生（缩写自นายแพทย์）
พญ.	น.	女医生（缩写自แพทย์หญิง）
องค์การยูนิเซฟ	น.	联合服务机构
สถานะทางการเงิน	น.	经济状况，财务状况
ลงไม้ลงมือ	ก.	着手，下手；动手（打人）
ภูมิต้านทาน	น.	免疫力
บททดสอบ	น.	考验

2. ความรู้ภูมิหลัง

心理健康标准

一般来说，心理健康的人都能够善待自己、善待他人、适应环境、情绪正常、人格和谐。心理健康的人并非没有过多痛苦和烦恼，而是他们能适时地从痛苦和烦恼中解脱出来，积极地寻求改变不利现状的新途径。他们能够深切领悟人生冲突的严峻性和不可回避性，也能深刻体察人性的阴阳善恶。他们是那些能够自由、适度地表达、展现自己个性的人，并且和环境和谐地相处。他们善于不断地学习，利用各种资源，不断地充实自己。他们也会享受美好人生，同时也明白知足常乐的道理。他们不会去钻牛角尖，而是善于从不同角度看待问题。

心理学家将心理健康的标准描述为以下几点：

第一，有适度的安全感，有自尊心，有成就感。

第二，适度地自我批评，不过分夸耀自己，也不过分苛责自己。

第三，在日常生活中具有适度的主动性，不为环境所左右。

第四，理智、现实、客观，与现实有良好的接触，能容忍生活中挫折的打击，无过度的幻想。

第五，适度地接受个人的需要，并具有满足此种需要的能力。

第六，有自知之明，了解自己的动机和目的，能对自己的能力作客观的估计。

第七，能保持人格的完整与和谐，个人的价值观能适应社会的标准，对自己的工作能集中注意力。

第八，有切合实际的生活目标。

第九，具有从经验中学习的能力，能适应环境的需要改变自己。

第十，有良好的人际关系，有爱人的能力和被爱的能力。在不违背社会标准的前提下，能保持自己的个性，既不过分阿谀，也不过分寻求社会赞许，有个人独立的意见，有判断是非的标准。

3. ข้อสังเกต

① ครอบครัวเปราะบาง：เปราะบาง原意为“脆弱”，此处指“弱势家庭”；กลุ่มเปราะบาง是“弱势群体”；类似的表述还有ฝ่ายด้อย（弱势群体）。

② ผู้อำนวยการสถาบันราชานุกูล กรมสุขภาพจิต：心理健康卫生厅王室事务办公室主任。

4. จงตอบข้อถามเกี่ยวกับบทความดังต่อไปนี้

1） ปัญหาอะไรคือปัญหาที่ครอบครัวไทยทุกครอบครัวต้องเผชิญหน้าต่อผลกระทบที่โรคโควิด-19นำมา

2） ความเครียดมีความร้ายแรงอะไรต่อผู้ที่มีอาการป่วยทางจิตในช่วงโรคโควิด-19แพร่ระบาดอยู่

3） ตามข้อมูลการสำรวจความสุขที่เกี่ยวข้อง ความเครียดของครอบครัวไทยเป็นอย่างไรบ้าง

4） เพราะเหตุไรครอบครัวเปราะบางเมื่อเปรียบเทียบกับครอบครัวทั่วไปแล้วมีความสุขน้อยลง

5） ตามนพ.จุมภฏ พรมสีดา รองอธิบดีกรมสุขภาพจิต สาเหตุที่ครอบครัวไทยมีสุขนิยมคืออะไร

6） ตามพญ. มธุรดา สุวรรณโพธิ์ ผลกระทบจากการแพร่ระบาดของโรคโควิด-19ที่มีต่อเด็กและเยาวชนคืออะไร เพราะเหตุไร

7） ตามความเห็นของผู้เขียนบทความ หากจะเอาชนะสงความสุขภาพใจได้ อะไรสำคัญที่สุด

5. สิ่งละอันพันละน้อยด้านภาษา

标题特色

标题是文章内容的浓缩和概括，在文章中可起到画龙点睛的作用。泰国报刊标题为了使语言生动有力、形象鲜明、引人注目，常常使用下列手法。

一、节缩词

节缩词就是将冗长、复杂的词或词组去掉头尾，使之变短，以节省版面标题的字数。例如：

▲ เหตุการณ์ภาคใต้: **นายกฯ** และสังคมไทยต้องสำรวจตัวเอง

（南部事件：总理和泰国社会须自省）

▲ ดันไทย ‘ศูนย์กลางไบโอเทค’ ตามก้น**มะกัน**...ระวังเดินลงเหว

（追随美国鼓噪泰国成为“生态技术中心” 小心掉下深渊）

▲ ไทย: ก๊วน **ปชต.** ล้มเหลว

（泰国：民主殿堂毁灭）

二、借词

为了引起读者的兴趣和注意，突出新闻报道的文化内涵，新闻记者在写报道时常常使用一些外来语，以活跃语言，增强表达效果。例如：

▲ สงครามในยุคเศรษฐกิจ**ดิจิตัล**

（数字经济时代的战争）

▲ ไทย: **ก๊วน** ปชต. ล้มเหลว

（泰国：民主殿堂毁灭）

“ก๊วน”一词源自汉语的“馆”，在泰语中还含有“匪窟”“魔窟”之意。此处的“ก๊วน”应理解为抽象的“大厦”或“殿堂”。

▲ เงิน**กั๋งไล้เหลี่ยว**

（人民币来啦！）

“กิ๋ง”是泰语中的汉语借词，意为“公公”（祖父或外祖父）；“เงินกิ๋ง”即“人民币”；“ไล้เหลี่ยว”则是汉语“来啦”的泰语音译词。这是本书第二单元第12篇关于亚洲金融形势评论文章的标题。以汉语“人民币来啦”音译作为标题，既活跃了语言，还起到了震撼效果。

三、比喻

比喻是以人们熟知的事物去描绘、说明不熟知或比较抽象的事物，使得语言简明生动。例如：

▲ ไทย: **ก๊วน** ปชต. ล้มเหลว

（泰国：民主殿堂毁灭）

这是一篇关于泰国民主政治问题报道的文章标题。文章认为泰国的“民主选举”并没有促成“美好的政治”。将泰国的民主政治比作一座“毁灭的殿堂”，使意思简明形象。

▲ ทหารไทย**ขายดี** ส่งออกตลาดสันติภาพโลก บุกถิ่นแอฟริกา ‘บุรุนดี’ เสี่ยงตายน้อยกว่าใต้

（泰军叫卖 出口国际维和市场 奔赴布隆迪 风险小于南部）

这是一篇关于泰国参加联合国布隆迪维和报道的标题。这里用“ขายดี”（叫卖）一词来比喻泰军受欢迎的程度，既意思简明，又幽默风趣。

▲ จัดระเบียบ ‘วุฒิการศึกษา’ ให้มีค่ามากกว่า ‘**แผ่นกระดาษ**’

（规范学历 使之比一纸文凭更值钱）

这是一篇揭露泰国社会学历文凭不规范问题的文章的标题。标题中用“แผ่นกระดาษ”（一张白纸）来比喻毫无价值的文凭，形象十分鲜明。

四、对仗

按照字音的平仄和字意的虚实作为对偶的语句。它可使语言生动、形象，从而加强表达力。例如：

▲ เงินบาทแข็ง—รัฐบาลอ่อน

（泰铢强 政府弱）

这是一篇有关泰国2006年军事政变后金融形势和政治形势的报道。标题短小有力、一针见血。

▲ ชมอย่างขี้ข้า ด่าอย่างผู้ดี

（低俗的赞美 高雅的谩骂）

这是一篇有关泰国民俗的议论文的标题。标题简洁醒目，讽刺语气跃然纸上。

五、压韵

使用压韵，旨在造成声色效果，引起读者注意和兴趣。例如：

▲ โรงเรียนสองภาษา สร้าง**ปัญญา**หรือสร้าง**ปัญหา**

（双语学校：传授知识还是制造问题）

这是一篇揭露泰国双语学校弊端的评论文章的标题。标题中选择“ปัญญา”（智慧，智力）和“ปัญหา”（问题）两词，不仅前后两个音节完全压韵，而且恰如其分，造成了声色效果，激起了读者的阅读欲望。

▲ ภาษาไทยจาก**วิบัติ**สู่**วิกฤติ**

（泰语 从灾难到变异）

这是一篇有关泰语规范化问题的报道。标题选择“วิบัติ”（灾难）和“วิกฤติ”（变异）两词，不仅压韵，还造成了一种强烈的冲击效果。